New Bilingual Visual Dictionary

English–Vietnamese

Milet

Milet Publishing
Smallfields Cottage, Cox Green
Rudgwick, Horsham, West Sussex
RH12 3DE England
info@milet.com
www.milet.com
www.milet.co.uk

First English–Vietnamese edition published by Milet Publishing in 2017

Copyright © Milet Publishing, 2017

ISBN 978 1 78508 896 4

Text by Sedat Turhan & Patricia Billings
Illustrated by Anna Martinez
Designed by Christangelos Seferadis

Printed and bound in Turkey by Metro Matbaacılık Ltd Sti, January 2019.

Contents

falcon
chim cắt

eagle
con chim đại bàng

flamingo
con chim hồng hạc

swan
con thiên nga

heron
con diệc

pelican
con bồ nông

gull
con chim hải âu

swallow
con chim én

lovebird
con vẹt xanh

crow
con quạ

pigeon
con chim bồ câu

robin
chim cổ đỏ

stork
con cò

ostrich
con đà điểu

peacock
con công

sparrow
chim sẻ

parrot
con vẹt

wing
cánh chim

beak
mỏ chim

owl
con cú

claw
móng vuốt

tail
cái đuôi

woodpecker
chim gõ kiến

nest
cái tổ chim

birdcage
cái lồng chim

vulture
con chim kền kền

egg
quả trứng

feather
lông chim

pet
con vật cưng nuôi
trong nhà

dog
con chó

puppy
con chó con

pet bed
giường ngủ cho vật
nuôi

cat
con mèo

kitten
con mèo con

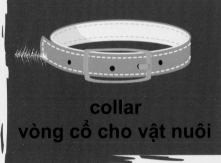

collar
vòng cổ cho vật nuôi

crest
mào gà

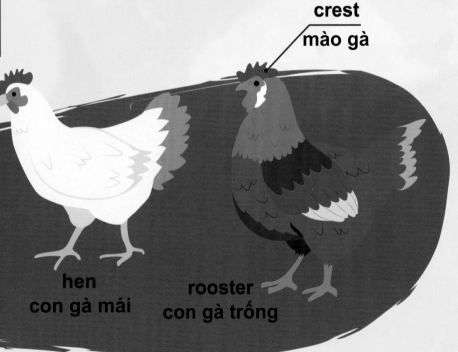

chick
gà con

hen
con gà mái

rooster
con gà trống

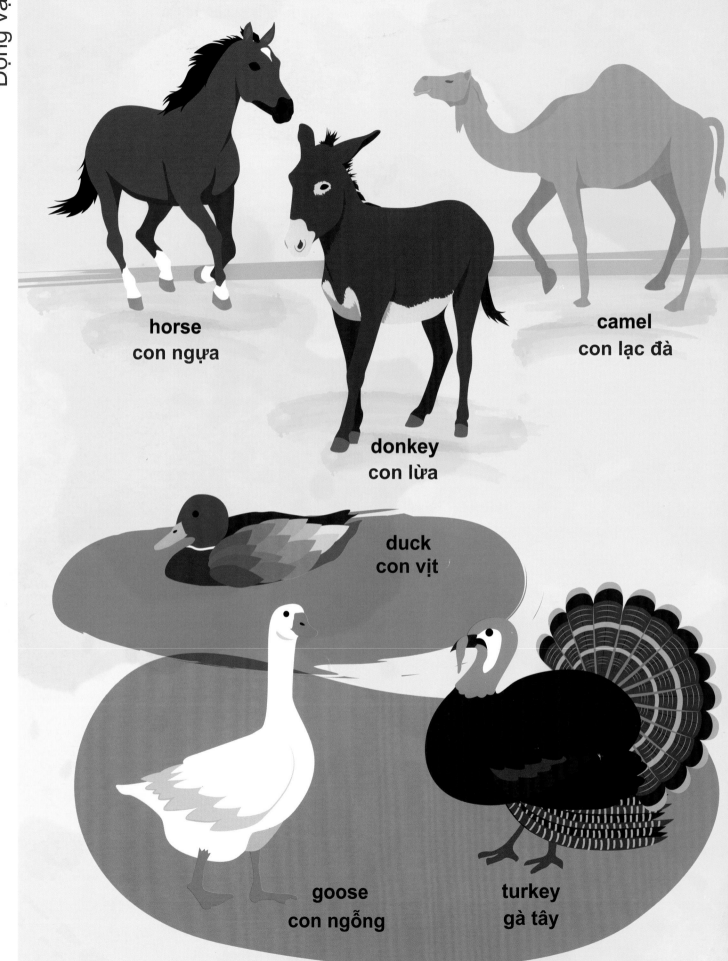

horse
con ngựa

donkey
con lừa

camel
con lạc đà

duck
con vịt

goose
con ngỗng

turkey
gà tây

barn
nhà kho thóc lúa

cow
bò cái

bull
bò đực

pig
con lợn/
con heo

calf
con bê

sheep
con cừu

lamb
cừu con/cừu non

goat
con dê

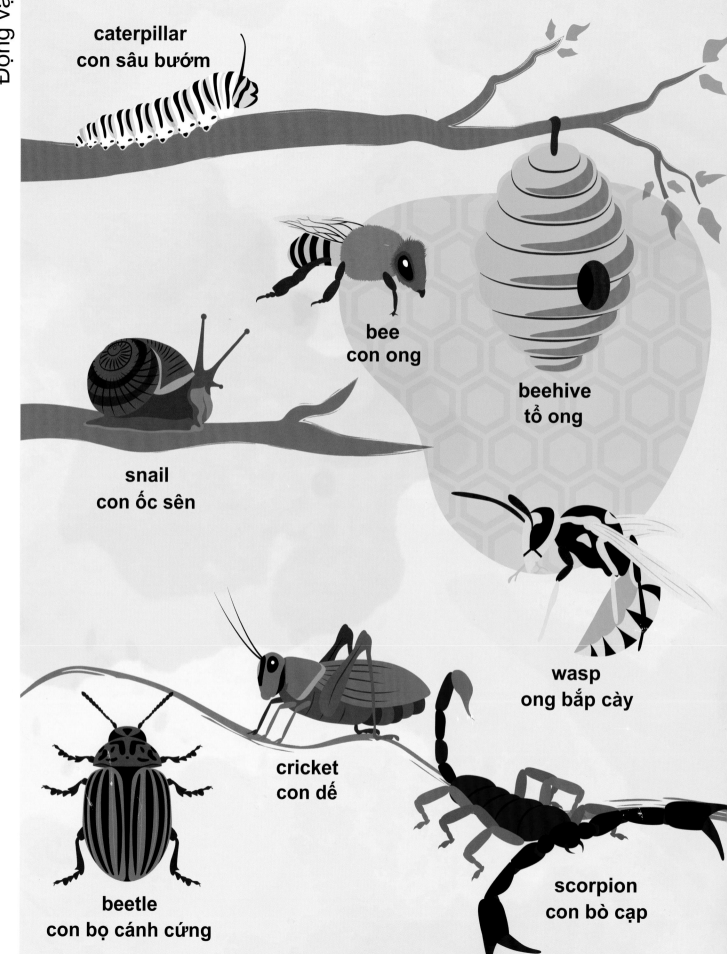

caterpillar
con sâu bướm

bee
con ong

beehive
tổ ong

snail
con ốc sên

wasp
ong bắp cày

cricket
con dế

beetle
con bọ cánh cứng

scorpion
con bò cạp

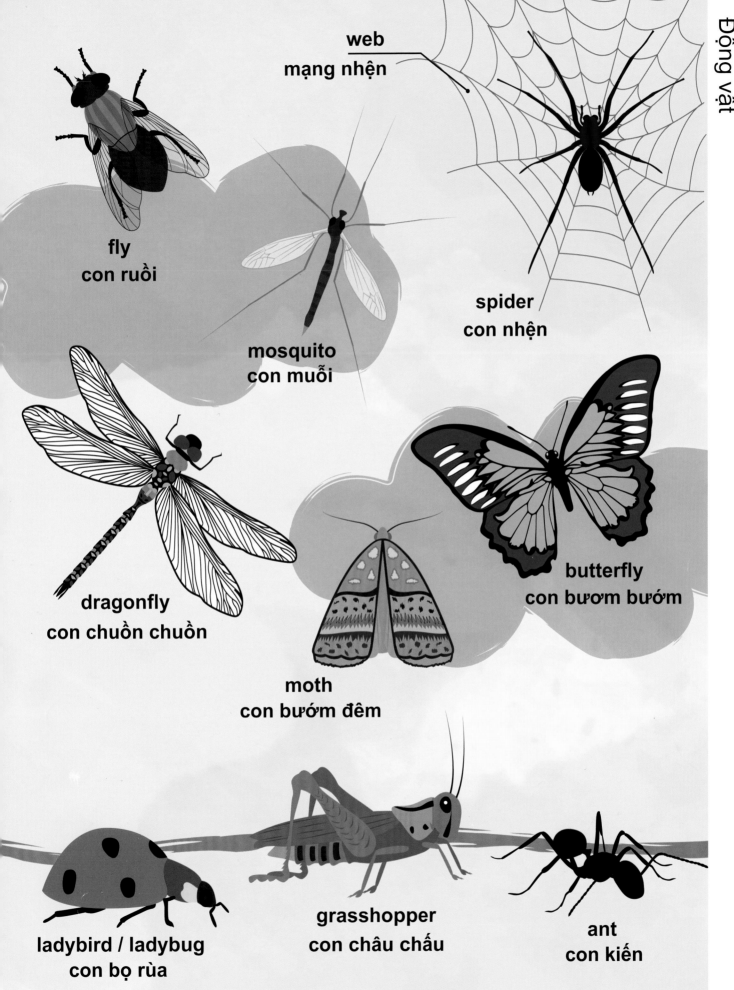

web
mạng nhện

fly
con ruồi

mosquito
con muỗi

spider
con nhện

dragonfly
con chuồn chuồn

moth
con bướm đêm

butterfly
con bươm bướm

ladybird / ladybug
con bọ rùa

grasshopper
con châu chấu

ant
con kiến

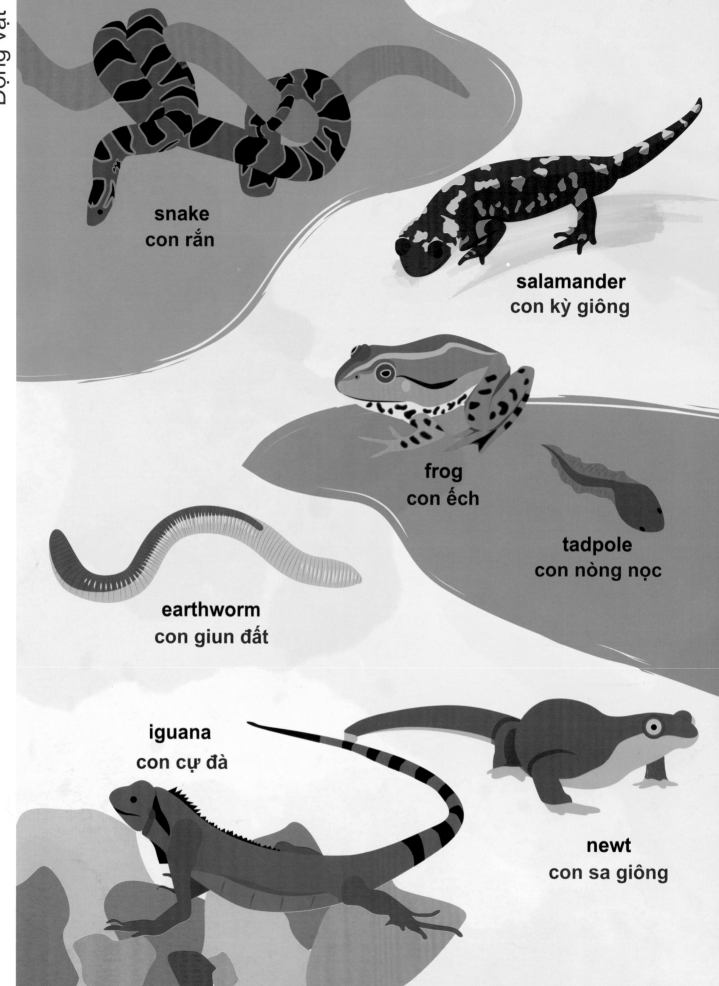

snake
con rắn

salamander
con kỳ giông

frog
con ếch

tadpole
con nòng nọc

earthworm
con giun đất

iguana
con cự đà

newt
con sa giông

chameleon
con tắc kè hoa

lizard
con thằn lằn

crocodile
con cá sấu

toad
con cóc

tortoise
con rùa cạn

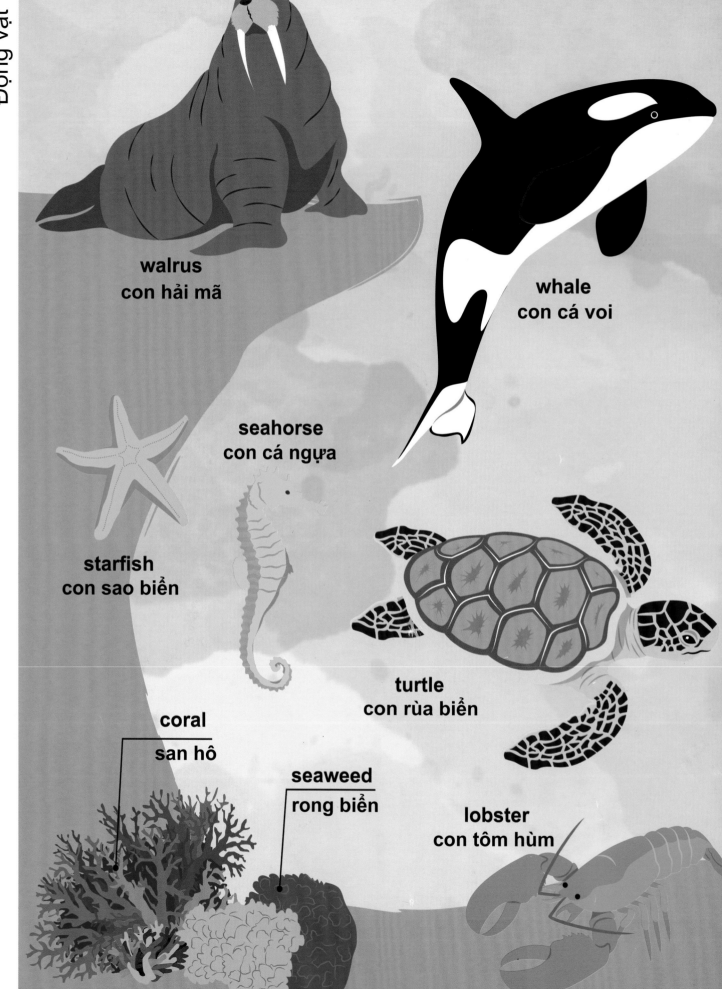

walrus
con hải mã

whale
con cá voi

seahorse
con cá ngựa

starfish
con sao biển

turtle
con rùa biển

coral
san hô

seaweed
rong biển

lobster
con tôm hùm

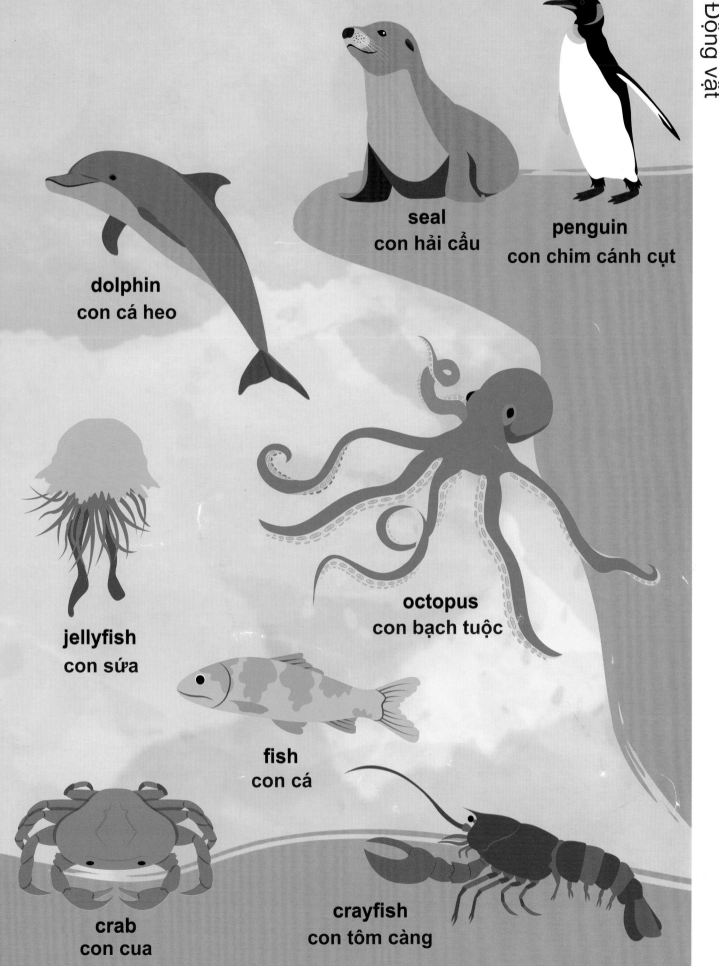

seal
con hải cẩu

penguin
con chim cánh cụt

dolphin
con cá heo

octopus
con bạch tuộc

jellyfish
con sứa

fish
con cá

crab
con cua

crayfish
con tôm càng

koala
con gấu túi

bat
con dơi

kangaroo
con chuột túi

raccoon
con gấu trúc Mỹ

skunk
con chồn hôi

llama
con lạc đà
không bướu

bear
con gấu

polar bear
con gấu bắc cực

elephant
con voi

tusk
cái ngà

trunk
vòi voi

panda
con gấu trúc

fox
con cáo

wolf
con chó sói

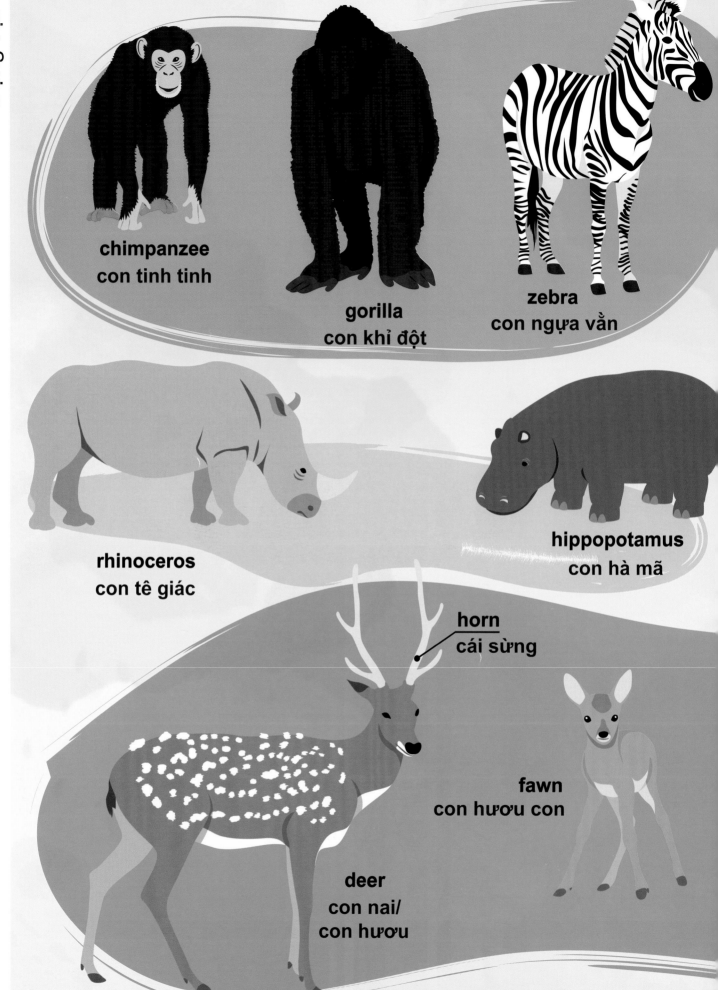

chimpanzee
con tinh tinh

gorilla
con khỉ đột

zebra
con ngựa vằn

rhinoceros
con tê giác

hippopotamus
con hà mã

horn
cái sừng

fawn
con hươu con

deer
con nai/
con hươu

giraffe
con hươu
cao cổ

leopard
con báo

tiger
con hổ

mane
bờm sư tử

lion
con sư tử

cub
con sư tử con

mole
chuột chũi

hedgehog
con nhím

mouse
chuột nhắt

tail
cái đuôi

rat
chuột cống

squirrel
con sóc

rabbit
con thỏ

otter
con rái cá

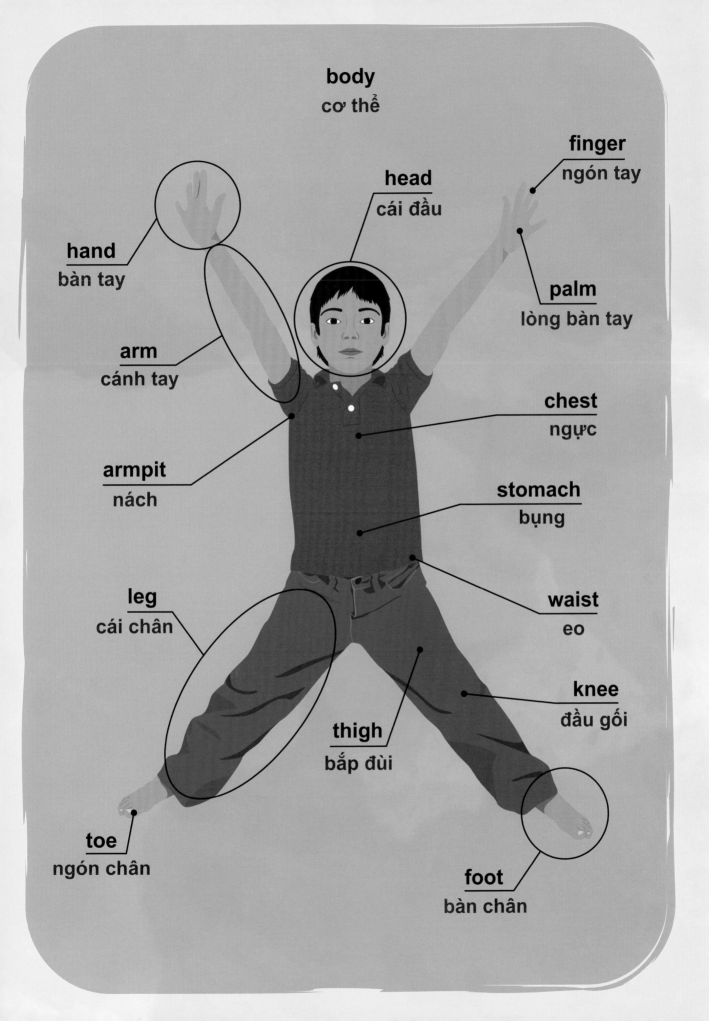

body
cơ thể

finger
ngón tay

head
cái đầu

hand
bàn tay

palm
lòng bàn tay

arm
cánh tay

chest
ngực

armpit
nách

stomach
bụng

leg
cái chân

waist
eo

knee
đầu gối

thigh
bắp đùi

toe
ngón chân

foot
bàn chân

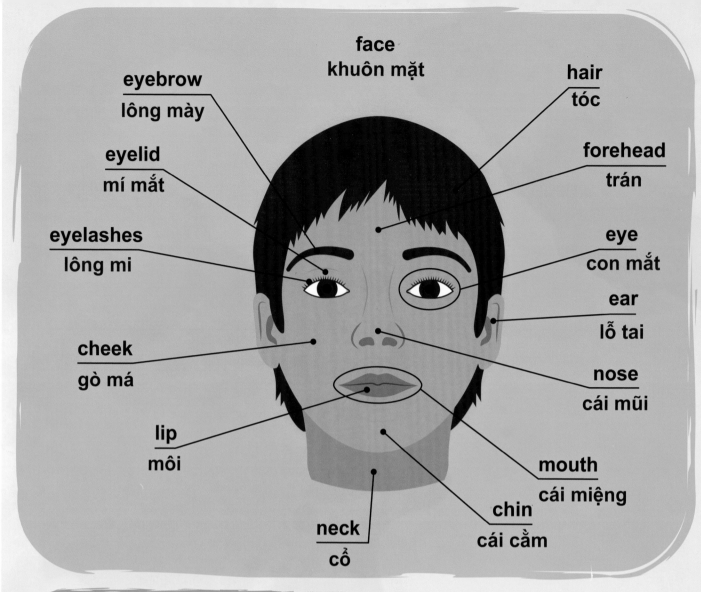

face
khuôn mặt

eyebrow
lông mày

hair
tóc

eyelid
mí mắt

forehead
trán

eyelashes
lông mi

eye
con mắt

ear
lỗ tai

cheek
gò má

nose
cái mũi

lip
môi

mouth
cái miệng

chin
cái cằm

neck
cổ

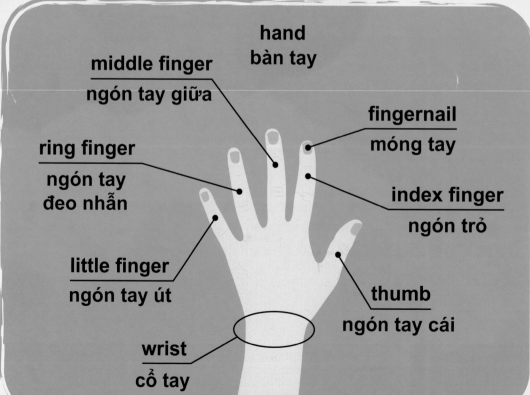

hand
bàn tay

middle finger
ngón tay giữa

fingernail
móng tay

ring finger
ngón tay
đeo nhẫn

index finger
ngón trỏ

little finger
ngón tay út

thumb
ngón tay cái

wrist
cổ tay

fingerprint
dấu vân tay

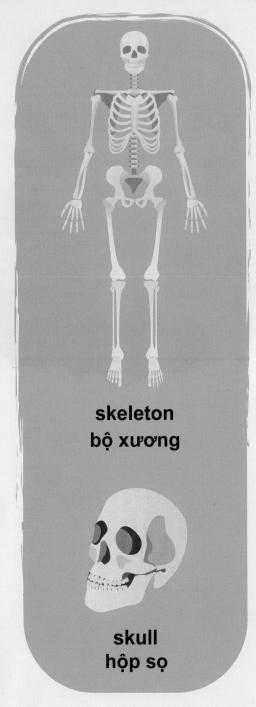

skeleton
bộ xương

skull
hộp sọ

footprints
dấu chân

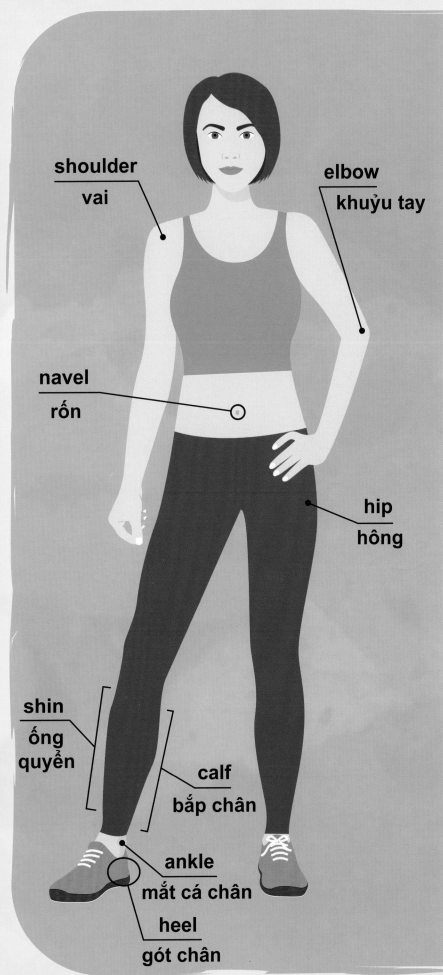

shoulder
vai

elbow
khuỷu tay

navel
rốn

hip
hông

shin
ống quyển

calf
bắp chân

ankle
mắt cá chân

heel
gót chân

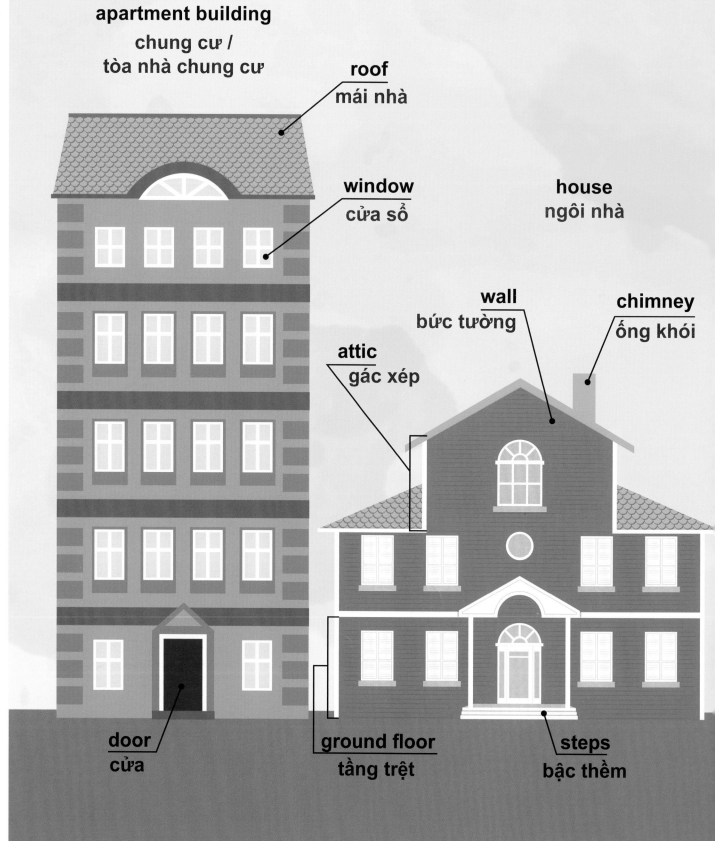

apartment building
chung cư /
tòa nhà chung cư

roof
mái nhà

window
cửa sổ

house
ngôi nhà

wall
bức tường

chimney
ống khói

attic
gác xép

door
cửa

ground floor
tầng trệt

steps
bậc thềm

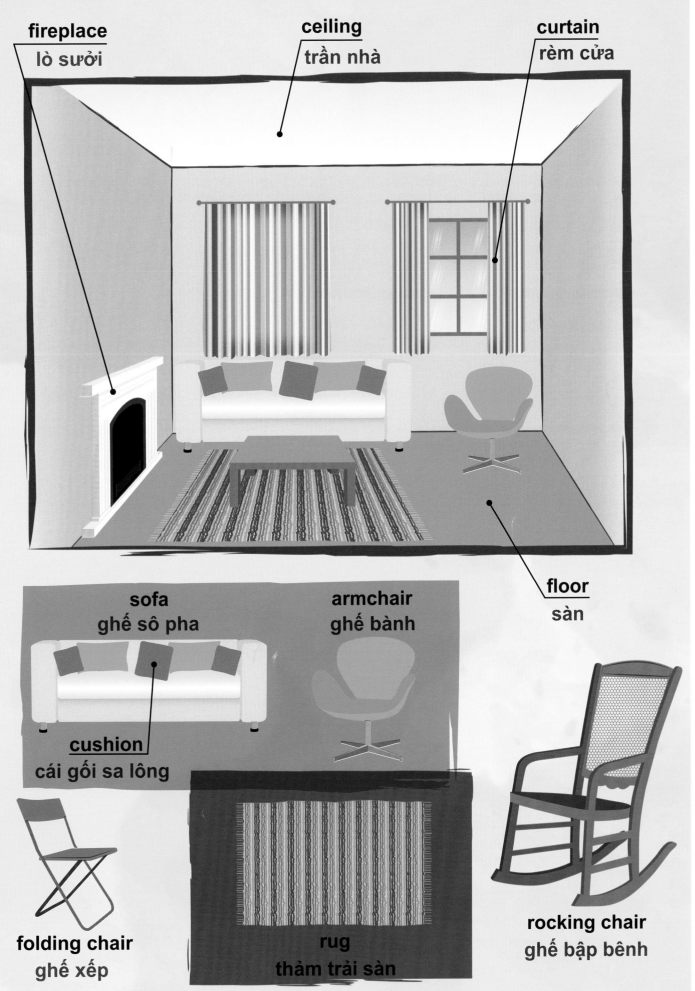

fireplace
lò sưởi

ceiling
trần nhà

curtain
rèm cửa

floor
sàn

sofa
ghế sô pha

armchair
ghế bành

cushion
cái gối sa lông

folding chair
ghế xếp

rug
thảm trải sàn

rocking chair
ghế bập bênh

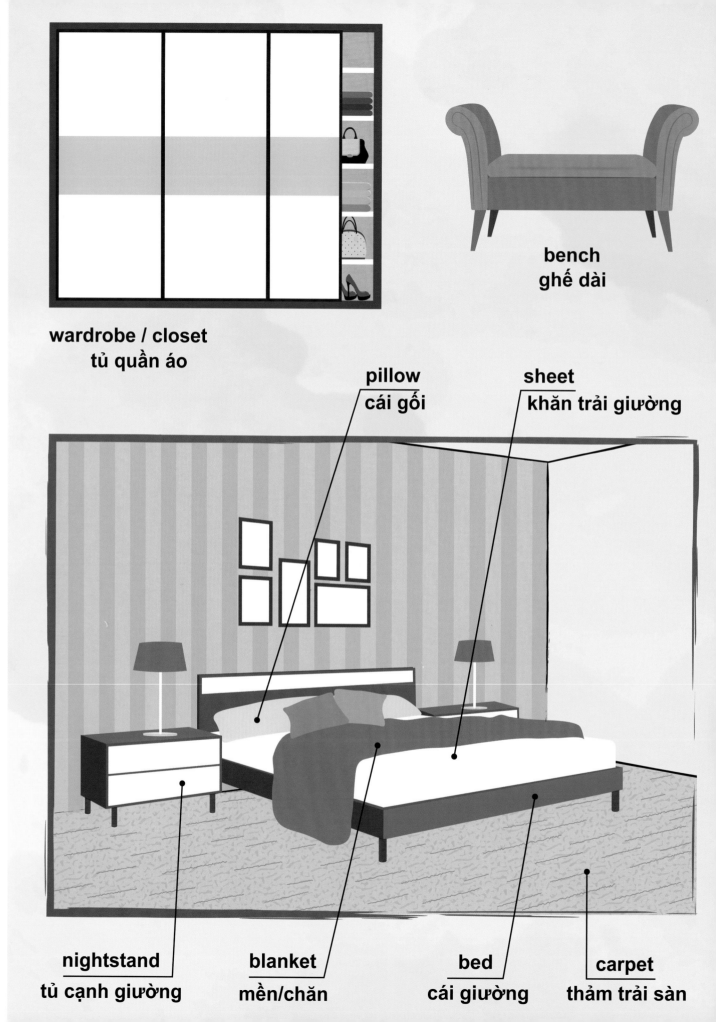

wardrobe / closet
tủ quần áo

bench
ghế dài

pillow
cái gối

sheet
khăn trải giường

nightstand
tủ cạnh giường

blanket
mền/chăn

bed
cái giường

carpet
thảm trải sàn

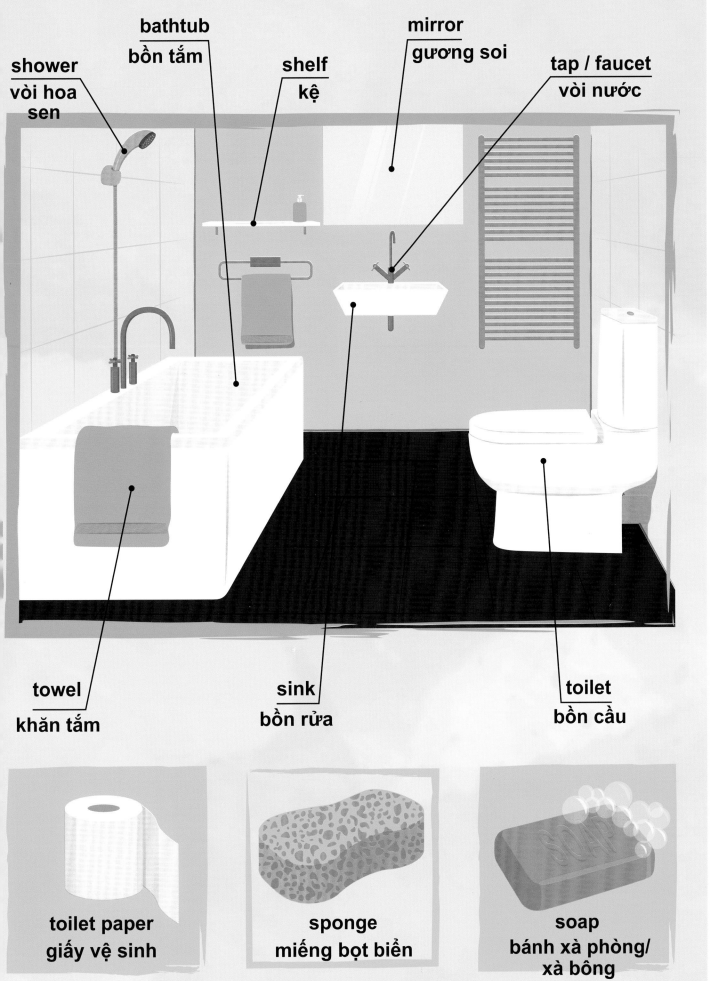

shower
vòi hoa
sen

bathtub
bồn tắm

shelf
kệ

mirror
gương soi

tap / faucet
vòi nước

towel
khăn tắm

sink
bồn rửa

toilet
bồn cầu

toilet paper
giấy vệ sinh

sponge
miếng bọt biển

soap
bánh xà phòng/
xà bông

console
tủ, kệ

chair
chiếc ghế

ceiling lamp
đèn trần

dining table
cái bàn ăn

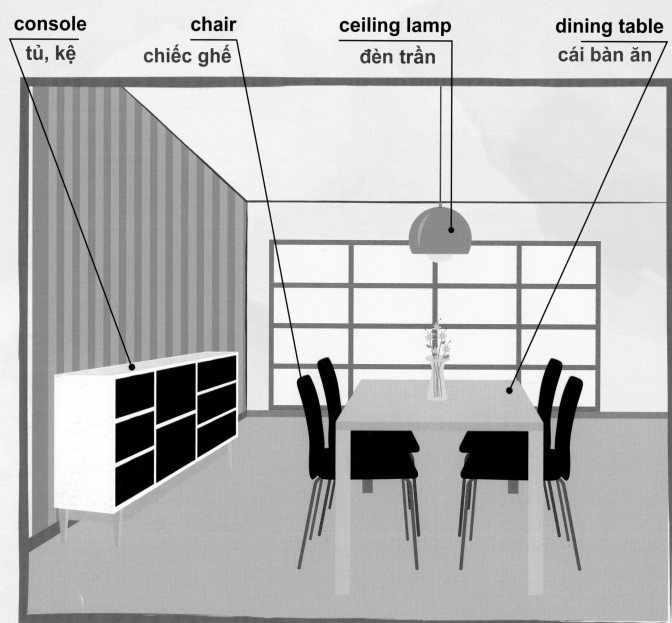

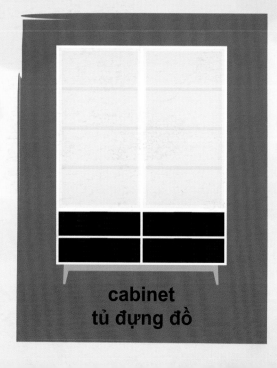

cabinet
tủ đựng đồ

place setting
bày dao, đĩa cho
một người ăn

stool
cái ghế đẩu

range hood
máy hút mùi

oven
lò nướng

drawer
ngăn kéo

cabinet
tủ đựng đồ

refrigerator
tủ lạnh

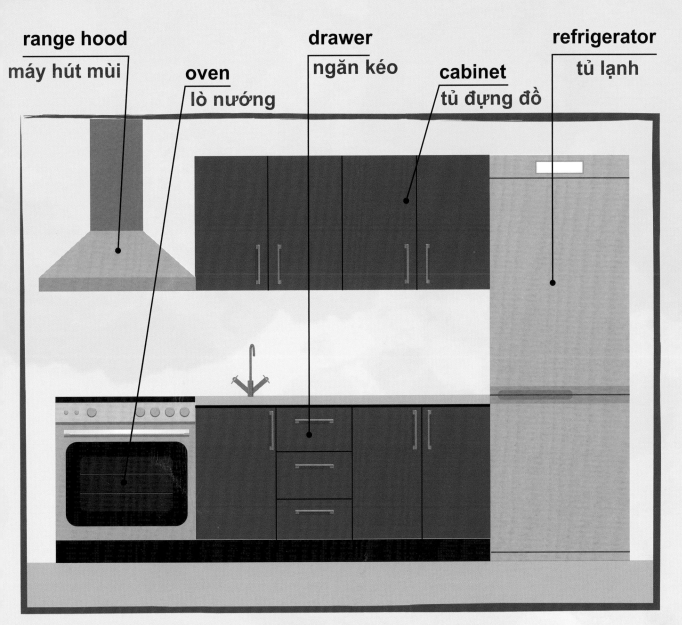

frying pan
chảo rán

pot
cái nồi

slow cooker
nồi hầm hay nồi
nấu chậm

bowl
cái bát/cái tô

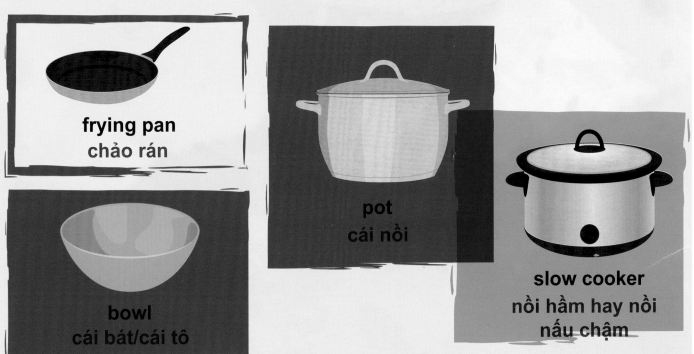

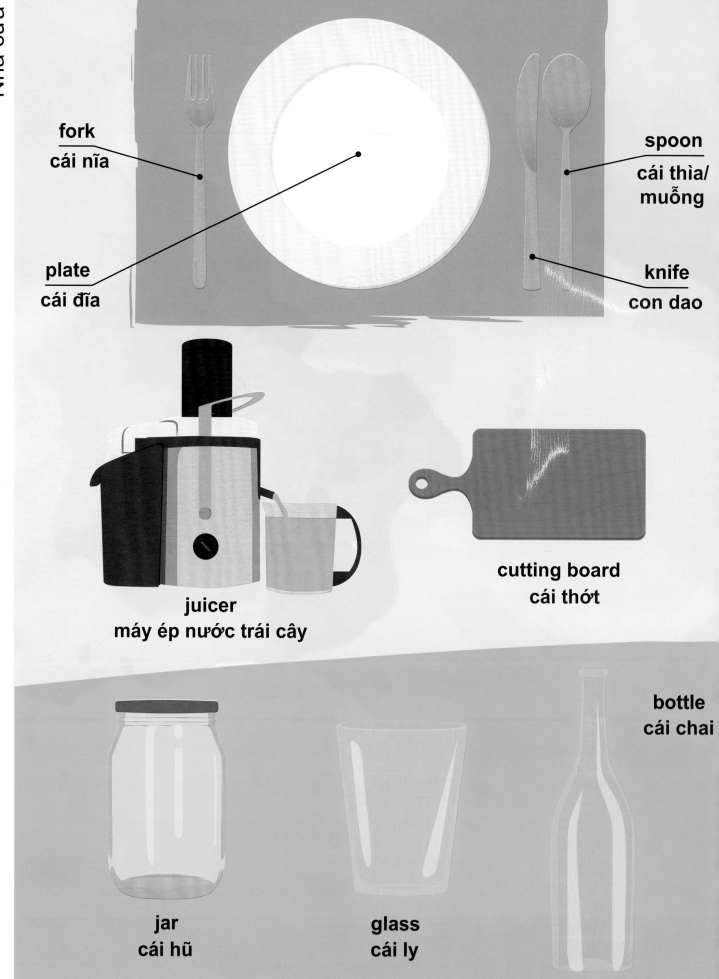

fork
cái nĩa

plate
cái đĩa

spoon
cái thìa/
muỗng

knife
con dao

juicer
máy ép nước trái cây

cutting board
cái thớt

bottle
cái chai

jar
cái hũ

glass
cái ly

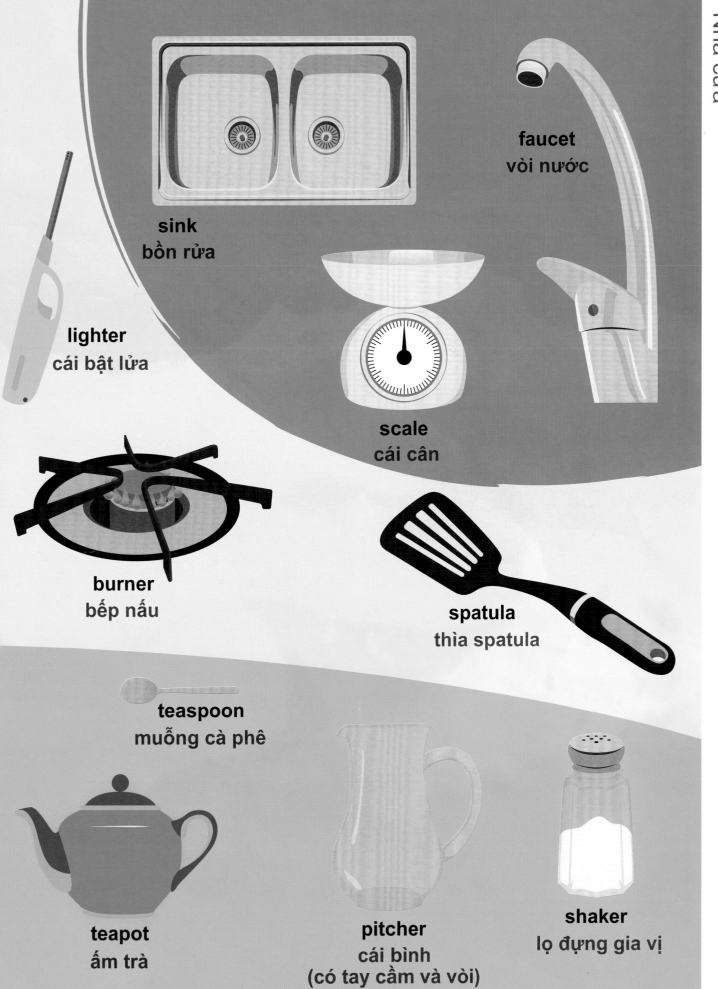

faucet
vòi nước

sink
bồn rửa

lighter
cái bật lửa

scale
cái cân

burner
bếp nấu

spatula
thìa spatula

teaspoon
muỗng cà phê

teapot
ấm trà

pitcher
cái bình
(có tay cầm và vòi)

shaker
lọ đựng gia vị

mixer
máy trộn

toaster oven
lò nướng bánh

food processor
máy chế biến
thức ăn

blender
máy xay sinh tố

toaster
máy nướng bánh mì

microwave oven
lò vi sóng

dishwasher
máy rửa bát đĩa

washing machine
máy giặt

duster
chổi quét bụi

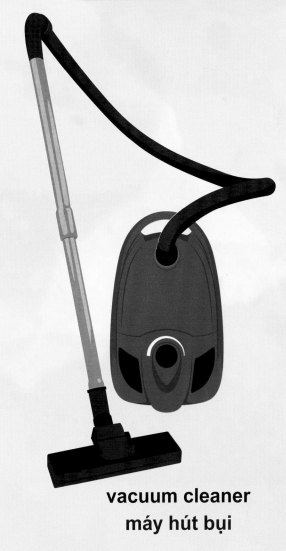

iron
bàn là quần áo

vacuum cleaner
máy hút bụi

ceiling fan
quạt trần

chandelier
đèn treo

spotlight
đèn chiếu

table lamp
đèn (để) bàn

floor lamp
đèn để sàn

desk lamp
đèn bàn

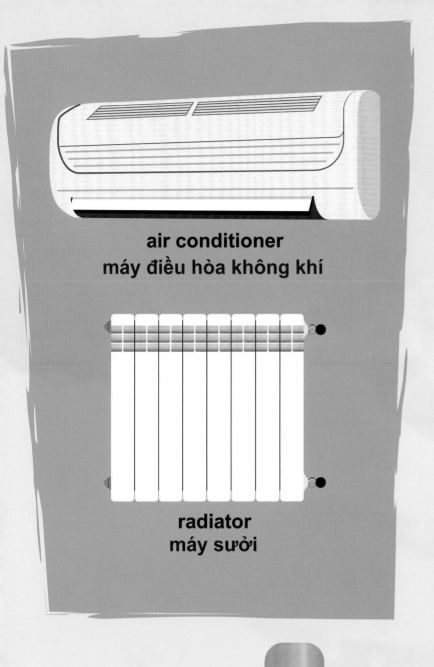

air conditioner
máy điều hòa không khí

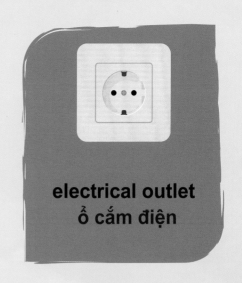

electrical outlet
ổ cắm điện

radiator
máy sưởi

key
chìa khóa

doorbell
chuông cửa

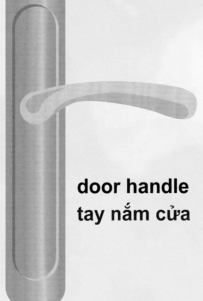

door handle
tay nắm cửa

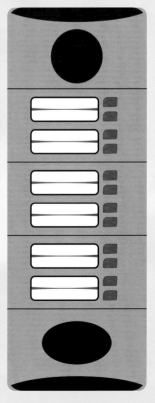

door buzzer
chuông cửa

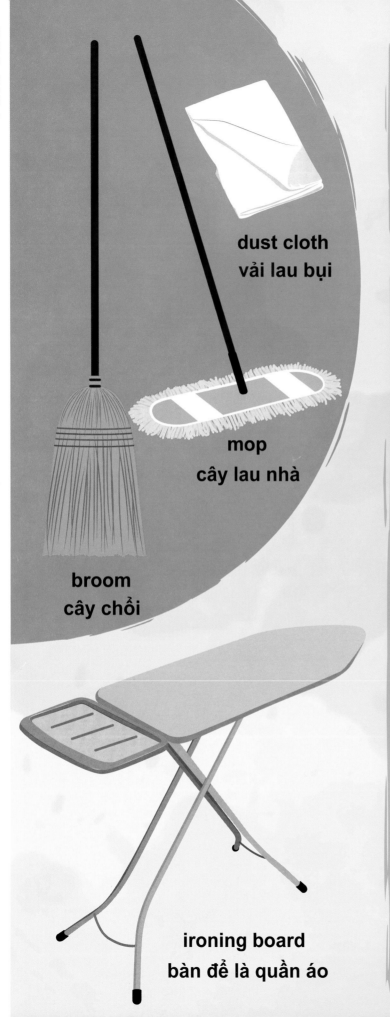

dust cloth
vải lau bụi

mop
cây lau nhà

broom
cây chổi

ironing board
bàn để là quần áo

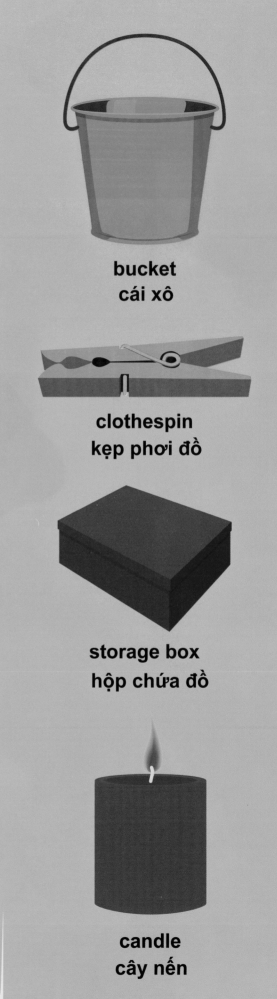

bucket
cái xô

clothespin
kẹp phơi đồ

storage box
hộp chứa đồ

candle
cây nến

flowerpot
chậu hoa

doormat
thảm chùi chân

vase
bình, lọ

clock
đồng hồ

jerrycan
can chứa chất lỏng

rubbish bag / garbage bag
túi rác

basket
cái rổ

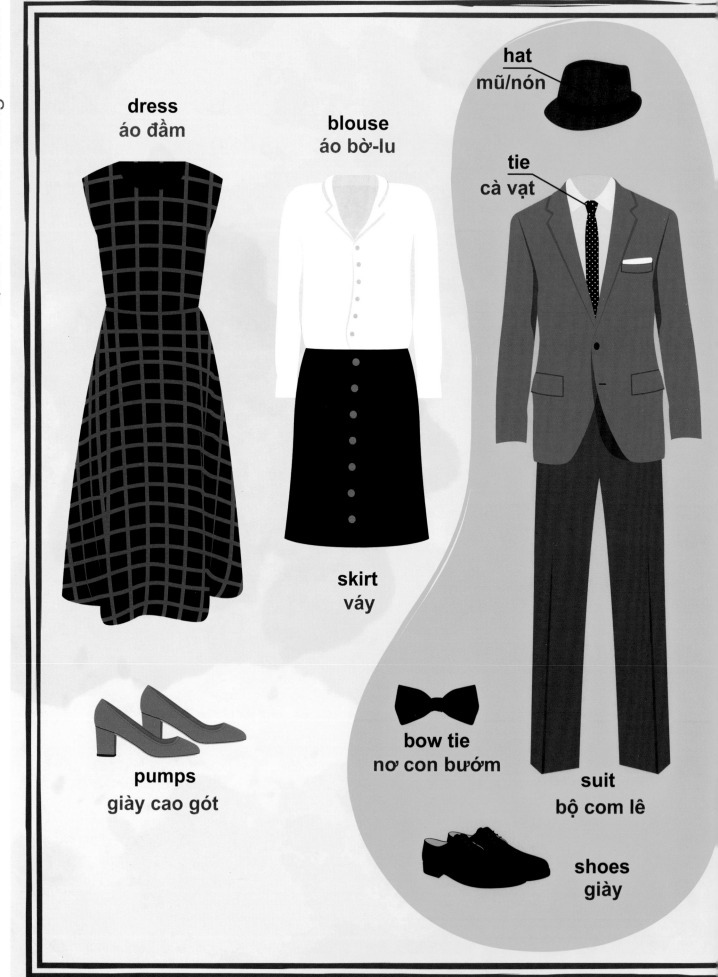

dress
áo đầm

blouse
áo bờ-lu

hat
mũ/nón

tie
cà vạt

skirt
váy

pumps
giày cao gót

bow tie
nơ con bướm

suit
bộ com lê

shoes
giày

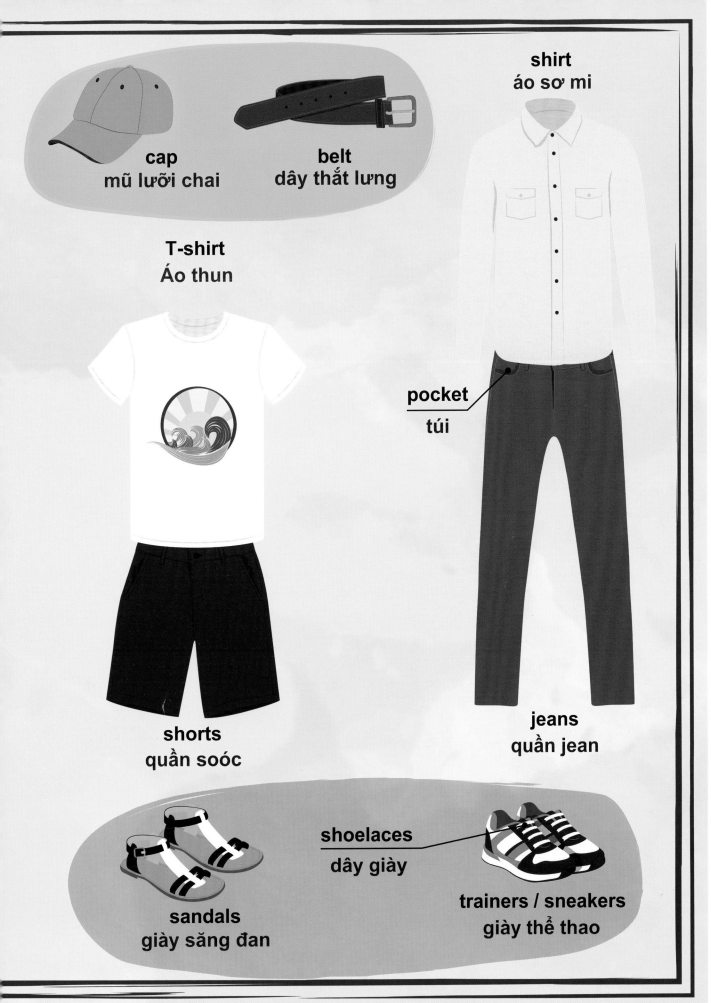

cap
mũ lưỡi chai

belt
dây thắt lưng

shirt
áo sơ mi

T-shirt
Áo thun

pocket
túi

shorts
quần soóc

jeans
quần jean

shoelaces
dây giày

sandals
giày săng đan

trainers / sneakers
giày thể thao

bathrobe
áo choàng tắm

swimsuit
áo bơi một mảnh

swim trunks
quần bơi

flip-flops
dép tông/
dép xỏ ngón

slippers
dép lê

sweater
áo len

cardigan
áo cardigan

boots
giày ống

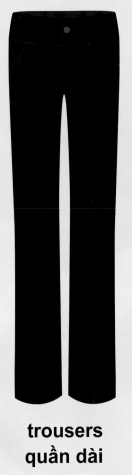

trousers
quần dài

tracksuit
đồ thể thao mặc liền thân

coat
áo khoác dài

socks
bít tất/vớ

gloves
găng tay

scarf
khăn quàng cổ

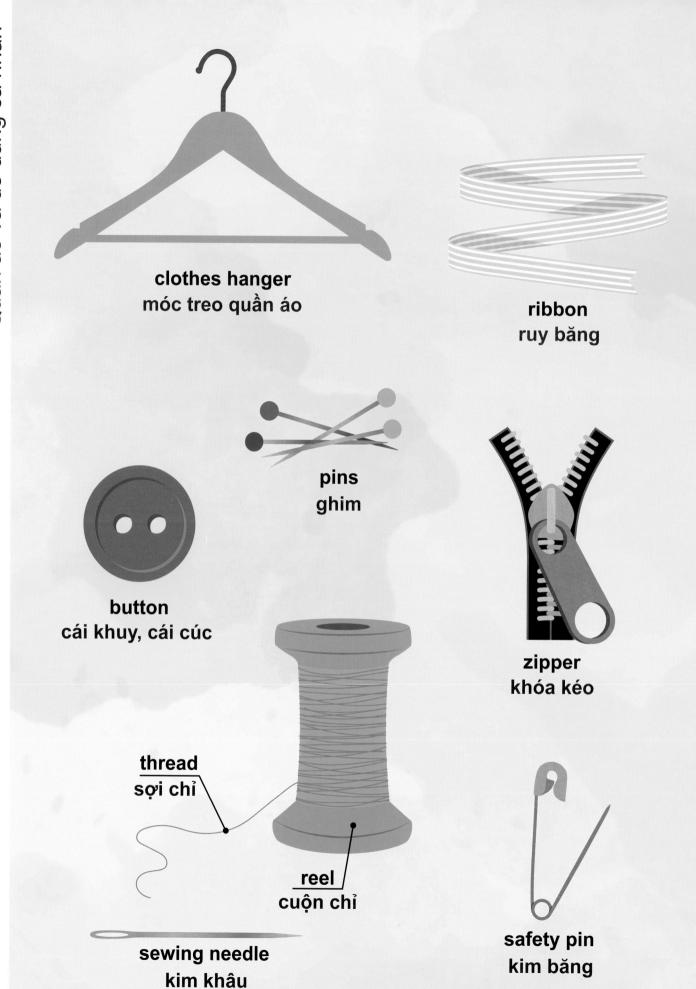

clothes hanger
móc treo quần áo

ribbon
ruy băng

pins
ghim

button
cái khuy, cái cúc

zipper
khóa kéo

thread
sợi chỉ

reel
cuộn chỉ

sewing needle
kim khâu

safety pin
kim băng

42

eyeglasses
kính mắt

passport
hộ chiếu

wallet
ví nam

purse
ví nữ

sunglasses
kính mát/kính râm

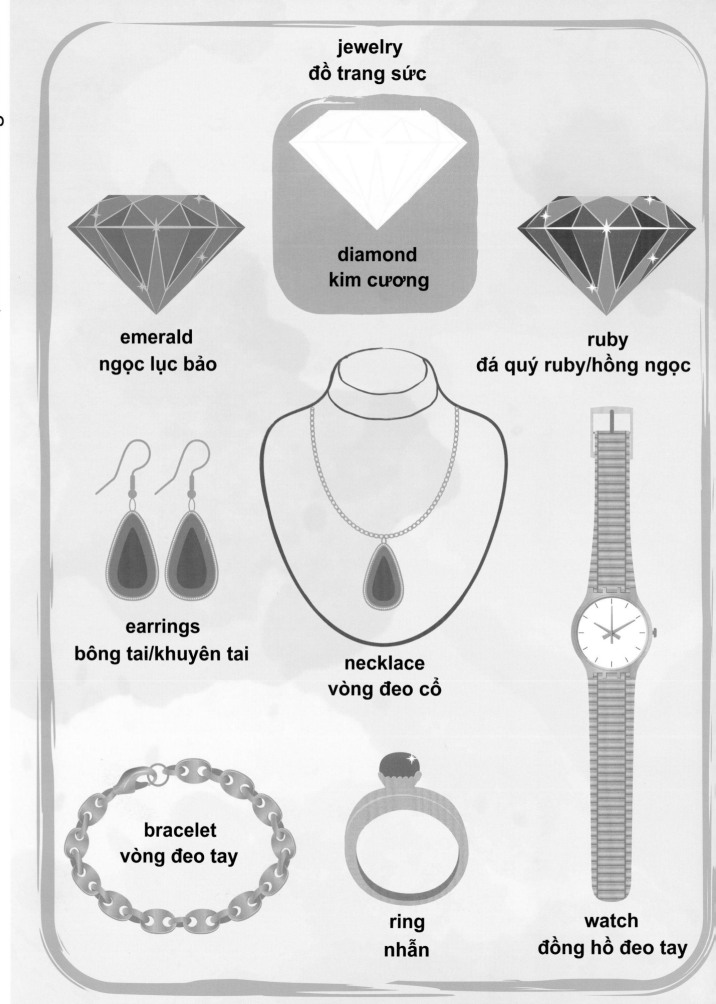

jewelry
đồ trang sức

diamond
kim cương

emerald
ngọc lục bảo

ruby
đá quý ruby/hồng ngọc

earrings
bông tai/khuyên tai

necklace
vòng đeo cổ

bracelet
vòng đeo tay

ring
nhẫn

watch
đồng hồ đeo tay

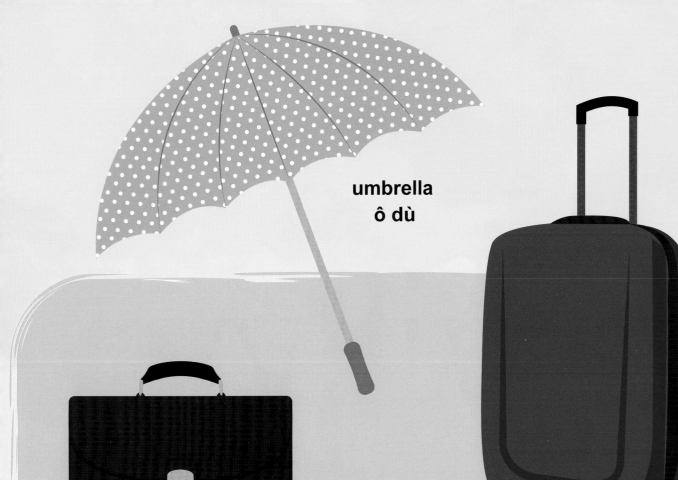

umbrella
ô dù

suitcase
va li

briefcase
cặp táp

handbag
chiếc túi xách

backpack
ba lô

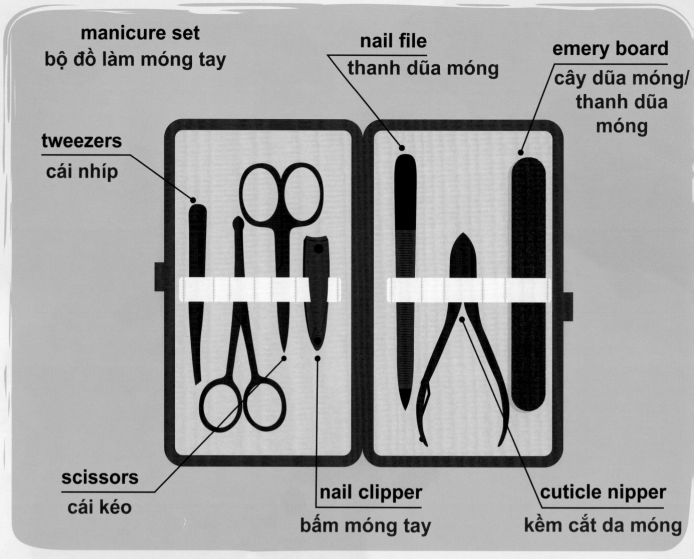

manicure set
bộ đồ làm móng tay

nail file
thanh dũa móng

emery board
cây dũa móng/
thanh dũa
móng

tweezers
cái nhíp

scissors
cái kéo

nail clipper
bấm móng tay

cuticle nipper
kềm cắt da móng

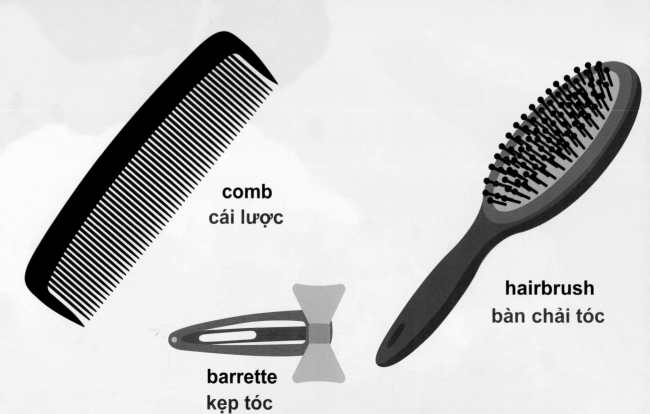

comb
cái lược

hairbrush
bàn chải tóc

barrette
kẹp tóc

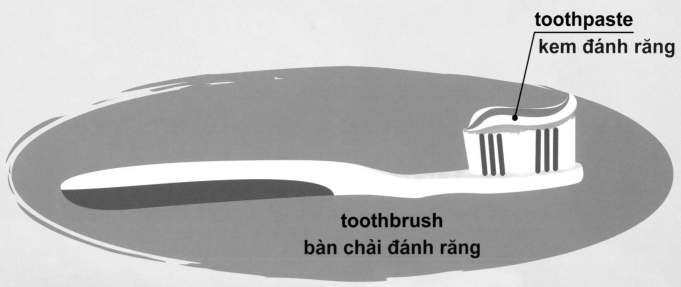

toothpaste
kem đánh răng

toothbrush
bàn chải đánh răng

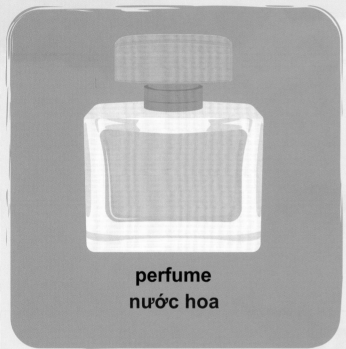

perfume
nước hoa

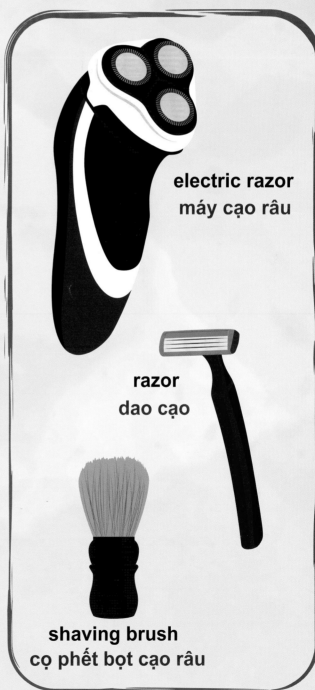

electric razor
máy cạo râu

razor
dao cạo

shaving brush
cọ phết bọt cạo râu

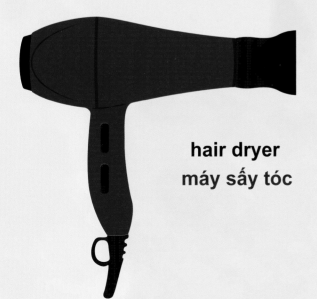

hair dryer
máy sấy tóc

47

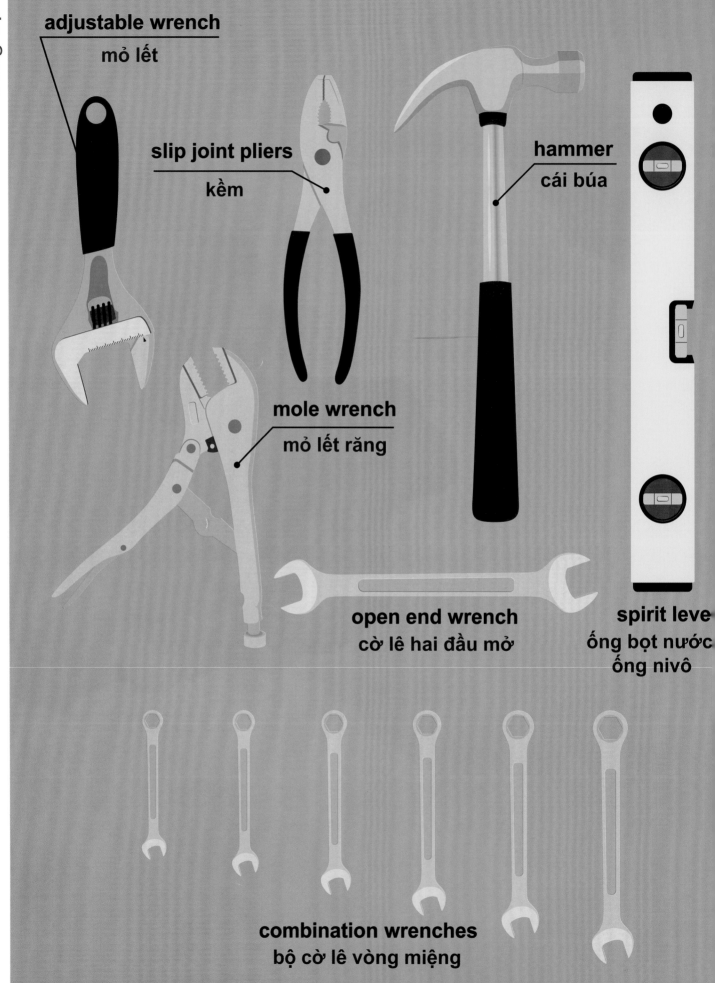

adjustable wrench
mỏ lết

slip joint pliers
kềm

hammer
cái búa

mole wrench
mỏ lết răng

open end wrench
cờ lê hai đầu mở

spirit leve
ống bọt nước
ống nivô

combination wrenches
bộ cờ lê vòng miệng

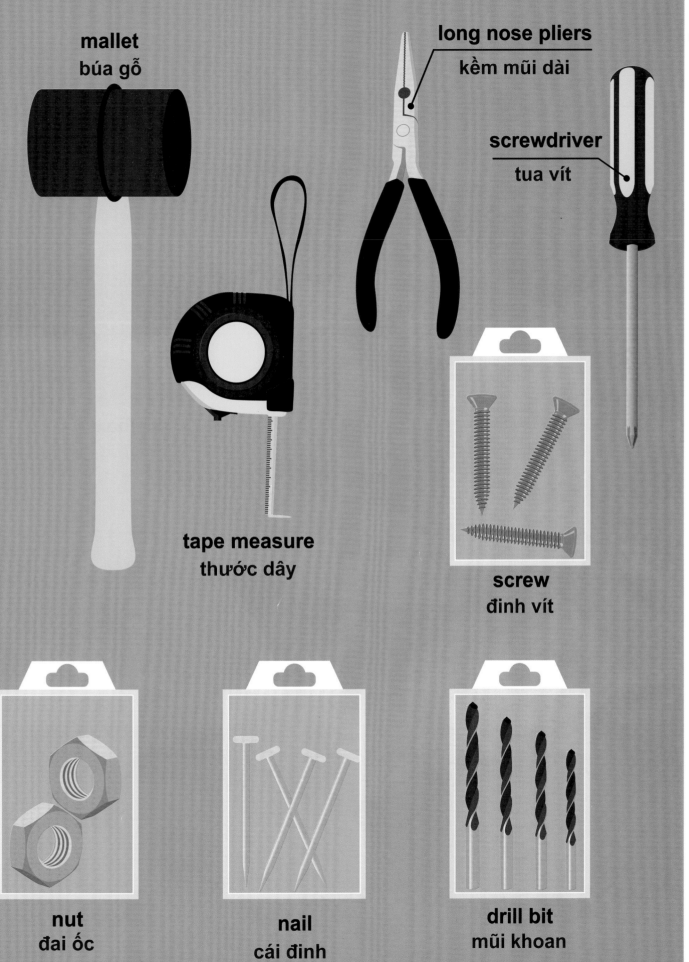

mallet
búa gỗ

long nose pliers
kềm mũi dài

screwdriver
tua vít

tape measure
thước dây

screw
đinh vít

nut
đai ốc

nail
cái đinh

drill bit
mũi khoan

chain
dây xích

plug
phích cắm
điện

padlock
cái khóa

battery
pin

toolbox
hộp công cụ

car battery
bình ắc qui xe hơi

electric drill
khoan điện

safety helmet
mủ bảo hiểm

torch / flashlight
đèn pin

ladder
cái thang

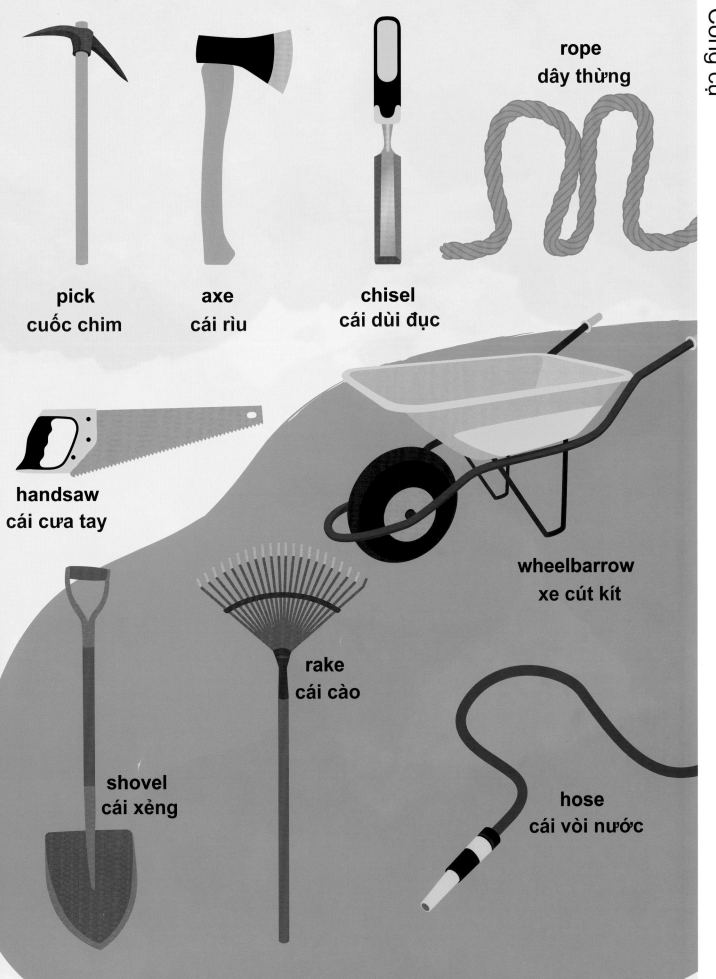

rope
dây thừng

pick
cuốc chim

axe
cái rìu

chisel
cái dùi đục

handsaw
cái cưa tay

wheelbarrow
xe cút kít

rake
cái cào

shovel
cái xẻng

hose
cái vòi nước

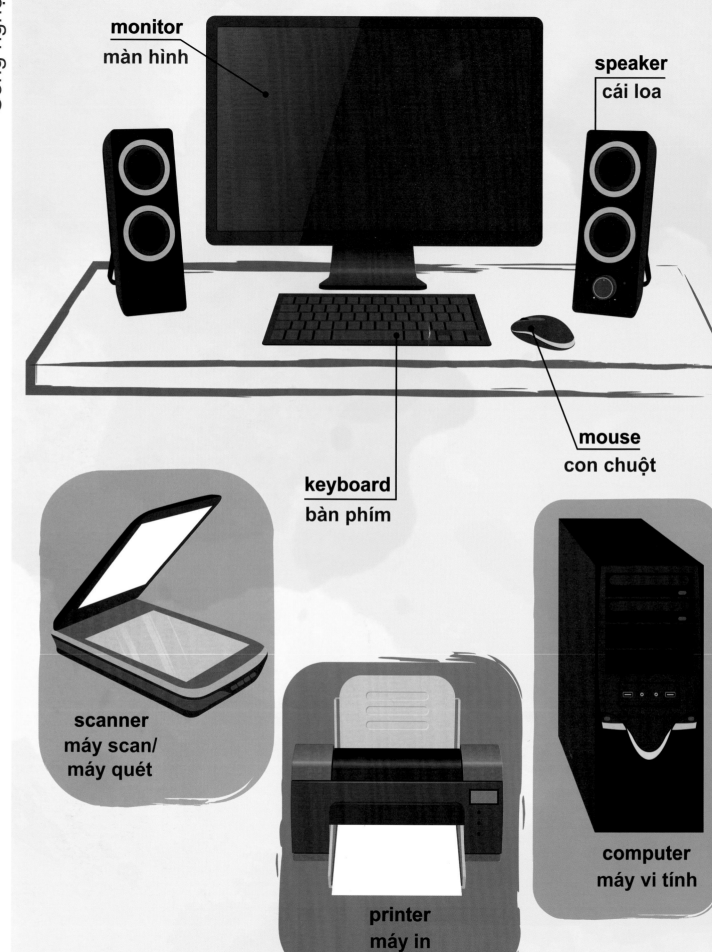

monitor
màn hình

speaker
cái loa

mouse
con chuột

keyboard
bàn phím

scanner
máy scan/
máy quét

computer
máy vi tính

printer
máy in

video camera
máy quay video

tablet
máy tính bảng

mobile phone /
cell phone
điện thoại di động

radio
rađiô

microphone
cái mic/micrô

earphones
tai nghe

cable
dây cáp

telephone
điện thoại

supermarket
siêu thị

restaurant
nhà hàng ăn/tiệm ăn

grapes
trái nho

pineapple
trái dứa/
trái thơm

lemon
trái chanh tây/
chanh vàng

orange
trái cam

plum
trái mận

watermelon
dưa hấu

apple
trái táo

pear
trái lê

apricot
trái mơ

peach
trái đào

banana
trái chuối

avocado
trái bơ

strawberry
trái dâu tây

cherry
trái anh đào

blackberry
trái mâm xôi đen

blueberry
trái việt quất xanh

raspberry
trái mâm xôi đỏ

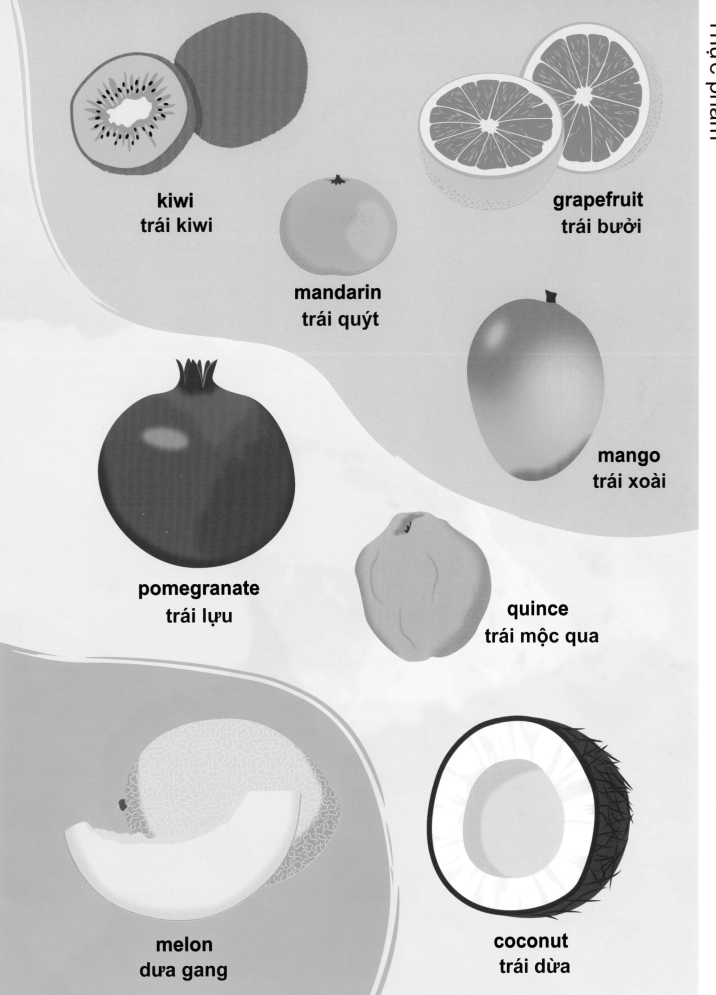

kiwi
trái kiwi

grapefruit
trái bưởi

mandarin
trái quýt

mango
trái xoài

pomegranate
trái lựu

quince
trái mộc qua

melon
dưa gang

coconut
trái dừa

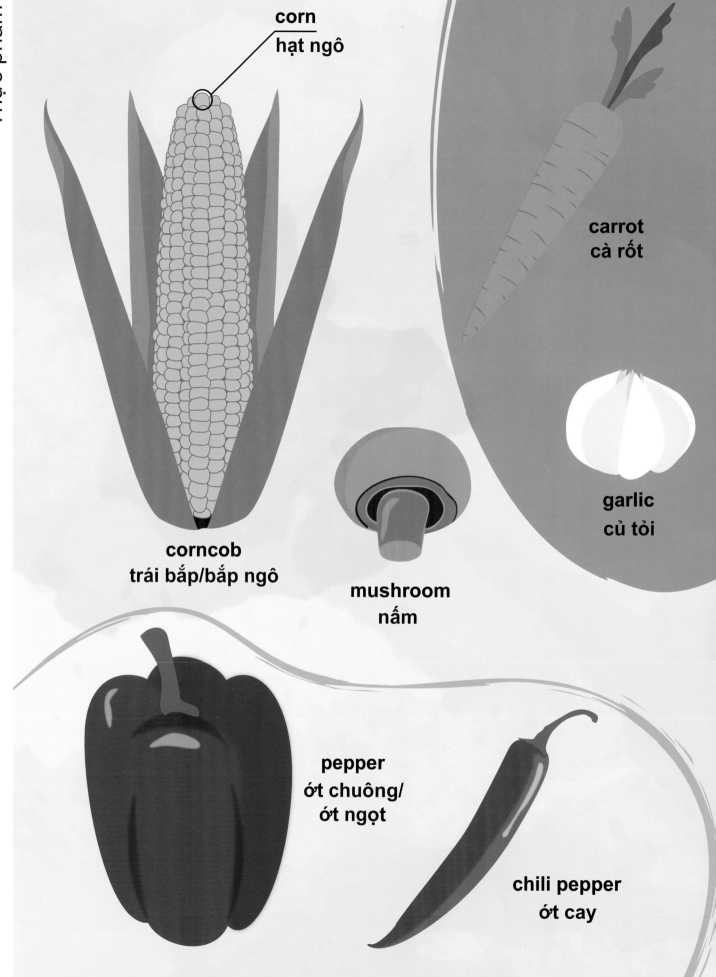

corn
hạt ngô

carrot
cà rốt

garlic
củ tỏi

corncob
trái bắp/bắp ngô

mushroom
nấm

pepper
ớt chuông/
ớt ngọt

chili pepper
ớt cay

cucumber
dưa chuột/dưa leo

onion
củ hành tây

tomato
cà chua

pumpkin
bí đỏ

potato
khoai tây

green bean
đậu cô ve

okra
đậu bắp

peas
đậu Hà Lan

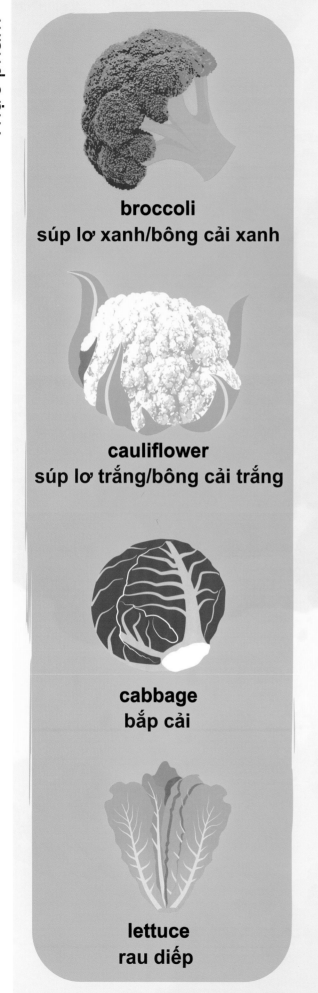

broccoli
súp lơ xanh/bông cải xanh

cauliflower
súp lơ trắng/bông cải trắng

cabbage
bắp cải

lettuce
rau diếp

artichoke
a-ti-sô

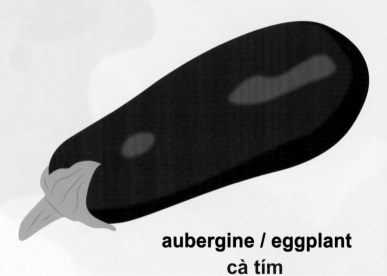

aubergine / eggplant
cà tím

courgette / zucchini
bí ngòi

green onion
hành lá

leek
tỏi tây

celery
cần tây

spinach
rau chân vịt/rau bina

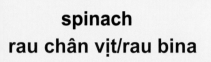

turnip
cải củ turnip

asparagus
măng tây

radish
cải củ

dill
rau thì là

mint
bạc hà

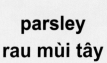

parsley
rau mùi tây

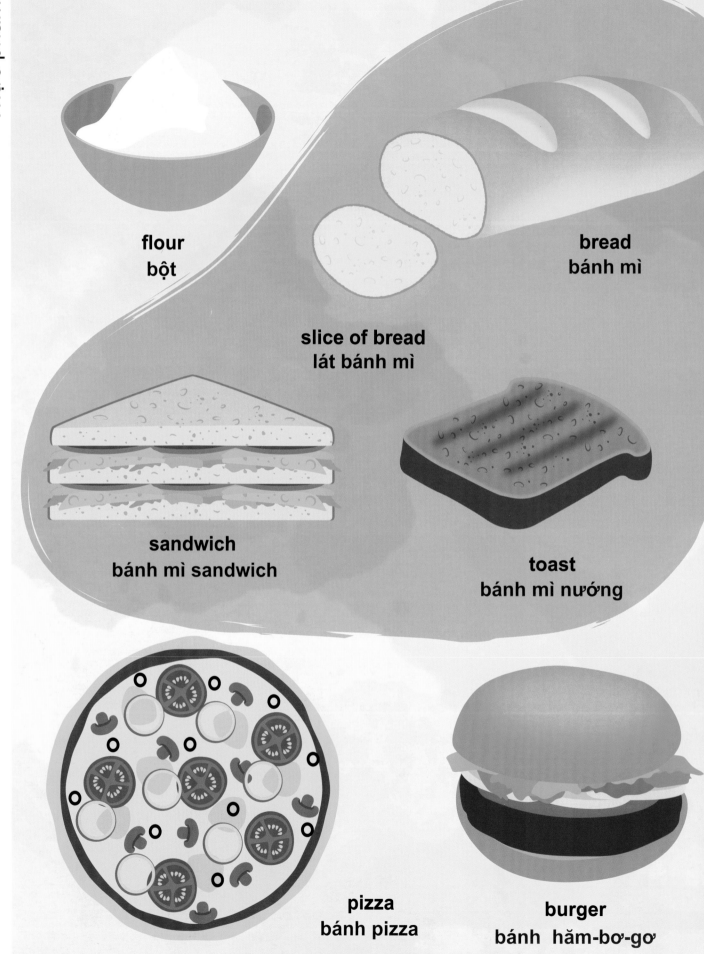

flour
bột

bread
bánh mì

slice of bread
lát bánh mì

sandwich
bánh mì sandwich

toast
bánh mì nướng

pizza
bánh pizza

burger
bánh hăm-bơ-gơ

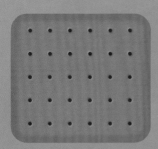

crackers
bánh quy

biscuit
bánh quy

chocolate chip cookie
bánh quy sô-cô-la chip

cake
cái bánh

pie
bánh nướng

pancakes
bánh pancake

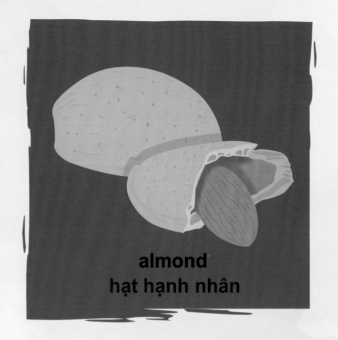

almond
hạt hạnh nhân

hazelnut
hạt phỉ

chestnut
hạt dẻ

pistachio
quả hồ trăn

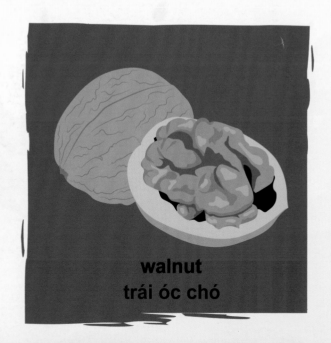

walnut
trái óc chó

peanut
hạt lạc/
đậu phộng

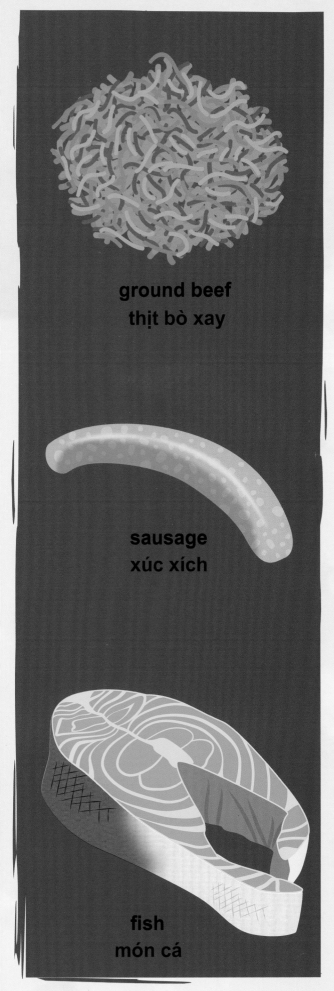

ground beef
thịt bò xay

sausage
xúc xích

fish
món cá

chicken
thịt gà

steak
bít tết

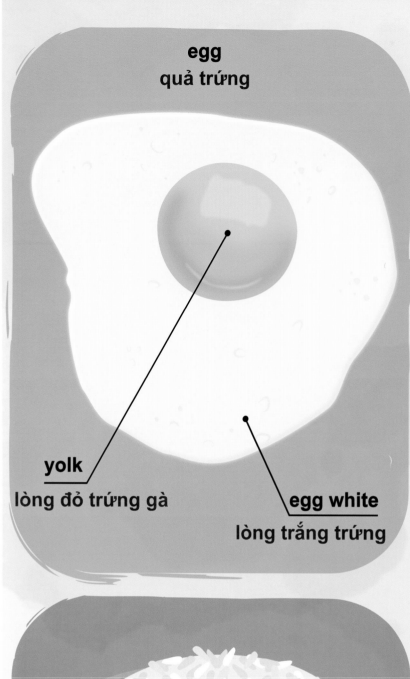

egg
quả trứng

yolk
lòng đỏ trứng gà

egg white
lòng trắng trứng

pasta
mì ống

lentils
đậu lăng

rice
cơm/gạo

beans
hạt đậu

honey
mật ong

canned food
đồ hộp/đồ ăn đóng hộp

oil
dầu

olive
ô liu

olive oil
dầu ôliu

salad
món salad

snacks
đồ ăn nhẹ

salt
muối

pepper
hạt tiêu

soup
súp/canh

chips / fries
khoai tây chiên

sugar
đường

breakfast
bữa ăn sáng

chocolate
sô cô la

candy
chiếc kẹo

ice cream
kem

dessert
món tráng miệng

popcorn
bỏng ngô/bắp rang

butter
bơ

cheese
phô mai/
pho mát

yogurt
sữa chua

soy milk
sữa đậu nành

milk
sữa

water
nước

fruit juice
nước ép trái cây

lemonade
nước chanh

ice cube
cục đá lạnh

orange juice
nước cam

coffee
cà phê

tea
trà

car
xe hơi

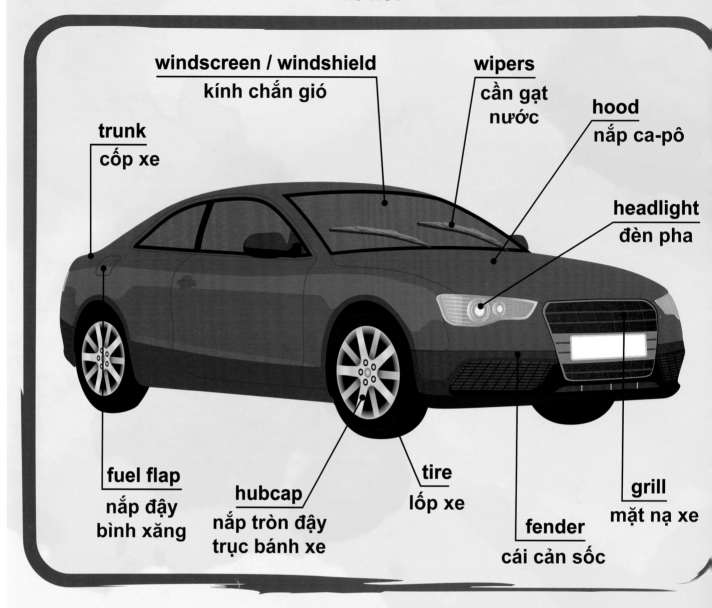

windscreen / windshield
kính chắn gió

wipers
cần gạt nước

hood
nắp ca-pô

trunk
cốp xe

headlight
đèn pha

fuel flap
nắp đậy bình xăng

hubcap
nắp tròn đậy trục bánh xe

tire
lốp xe

grill
mặt nạ xe

fender
cái cản sốc

steering wheel
vô lăng

engine
động cơ

minivan
xe minivan

recreational vehicle
xe dã ngoại

van
xe van

pickup truck
xe bán tải

dump truck
xe ben

tow truck
xe kéo

truck
xe tải

freight truck
xe chở hàng

bulldozer
xe ủi đất

digger
xe đào đất

forklift
xe nâng

tractor
máy kéo

police car
xe cảnh sát

fire truck
xe cứu hỏa

race car
xe đua

ambulance
xe cấp cứu

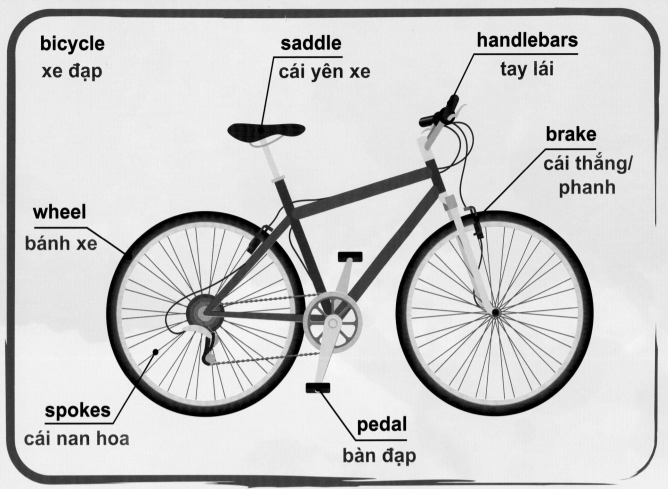

bicycle
xe đạp

saddle
cái yên xe

handlebars
tay lái

brake
cái thắng/
phanh

wheel
bánh xe

spokes
cái nan hoa

pedal
bàn đạp

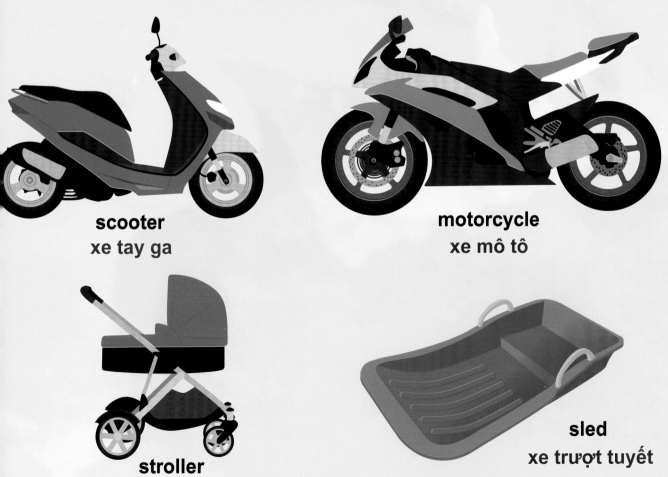

scooter
xe tay ga

motorcycle
xe mô tô

stroller
xe đẩy em bé

sled
xe trượt tuyết

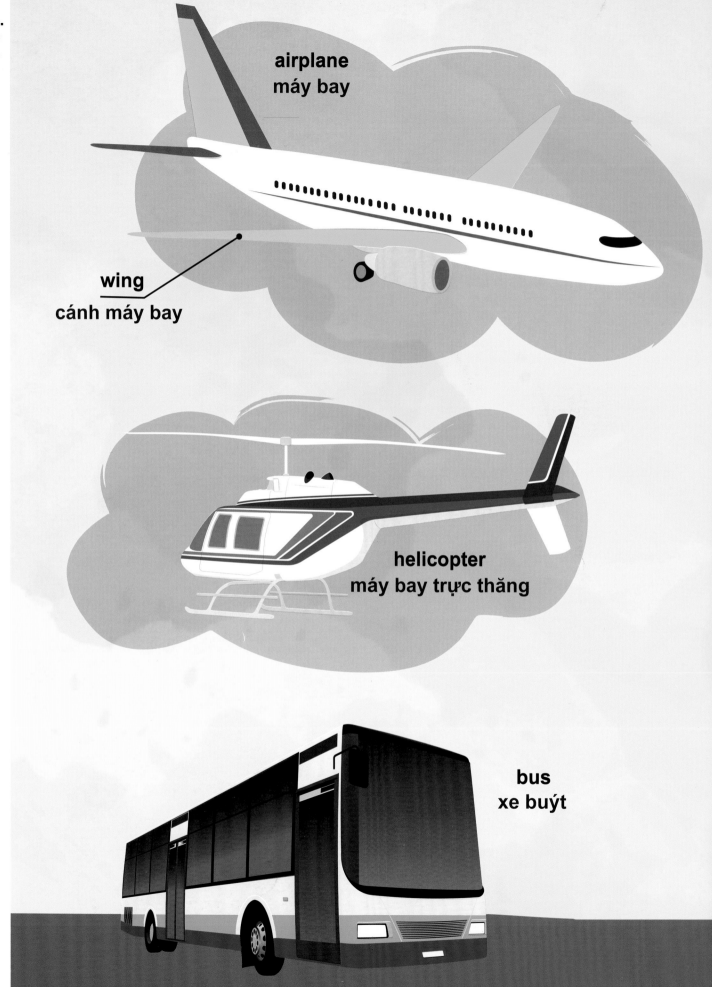

airplane
máy bay

wing
cánh máy bay

helicopter
máy bay trực thăng

bus
xe buýt

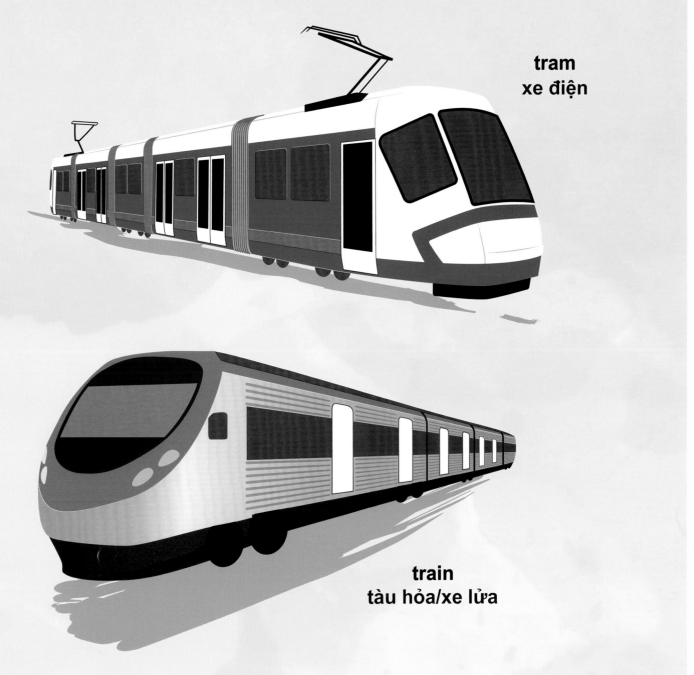

tram
xe điện

train
tàu hỏa/xe lửa

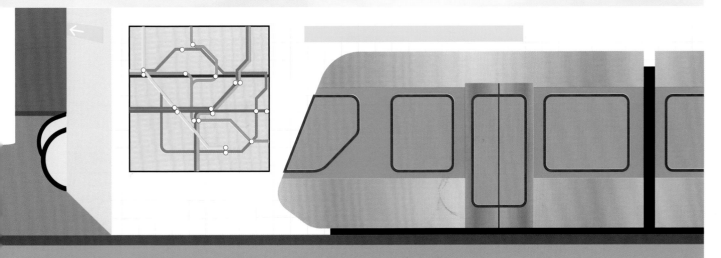

underground / subway
tàu điện ngầm

container ship
tàu chở hàng

cruise ship
tàu du lịch

yacht
du thuyền

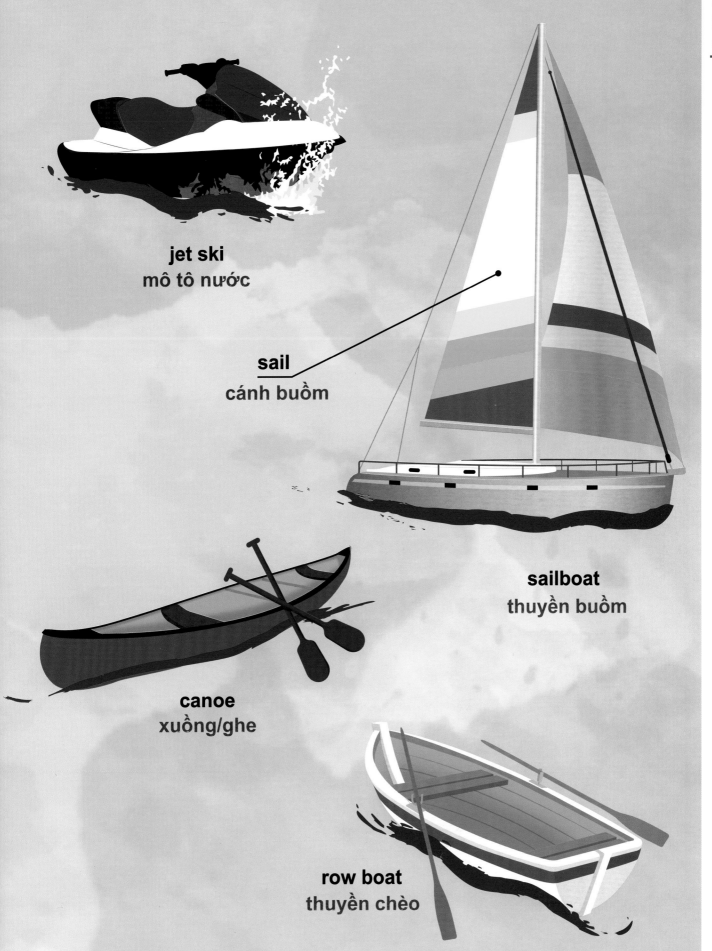

jet ski
mô tô nước

sail
cánh buồm

sailboat
thuyền buồm

canoe
xuồng/ghe

row boat
thuyền chèo

airport
sân bay

street
đường phố

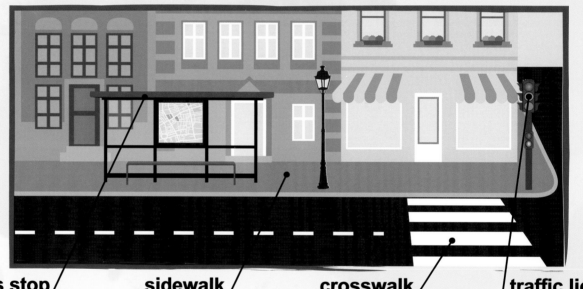

bus stop / **sidewalk** / **crosswalk** / **traffic light**
trạm xe buýt | vỉa hè | vạch băng qua đường | đèn giao thông

road
con đường

highway
đường cao tốc

traffic
giao thông

garage
ga ra/nhà để xe

petrol station / gas station
trạm xăng

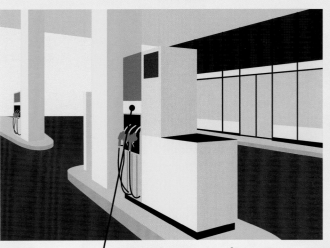

petrol pump / gas pump
máy bơm xăng

train station
ga tàu

railroad track
ray đường sắt

bridge
cây cầu

pier
bến tàu

port
cảng

fuchsia
hoa lồng đèn

camellia
cây hoa trà

daisy
hoa cúc

cotton
cây bông

bud
nụ hoa

begonia
hoa thu hải
đường

carnation
hoa cẩm
chướng

gardenia
hoa dành dành

petal
cánh hoa

jasmine
hoa nhài

hyacinth
hoa lan dạ hương

iris
hoa diên vĩ

geranium
hoa phong lữ

lavender
hoa oải
hương

magnolia
hoa mộc lan

snapdragon
hoa mõm chó

nettle
cây tầm ma

daffodil
hoa thủy tiên

poppy
hoa anh
túc

lilac
hoa tử đinh
hương

moss
rêu

grass
cỏ

orchid
hoa lan

rose
hoa hồng

sunflower
hoa hướng
dương

tulip
hoa tu lip

snowdrop
hoa giọt tuyết

water lily
hoa súng

pine cone
trái thông

oats
yến mạch

wheat
lúa mì

rye
lúa mạch
đen

palm tree
cây cọ

cactus
cây xương
rồng

grape tree
cây nho

garden
khu vườn

leaf
chiếc lá

tree
cây

bush
bụi cây

branch
cành cây

trunk
thân cây

root
rễ cây

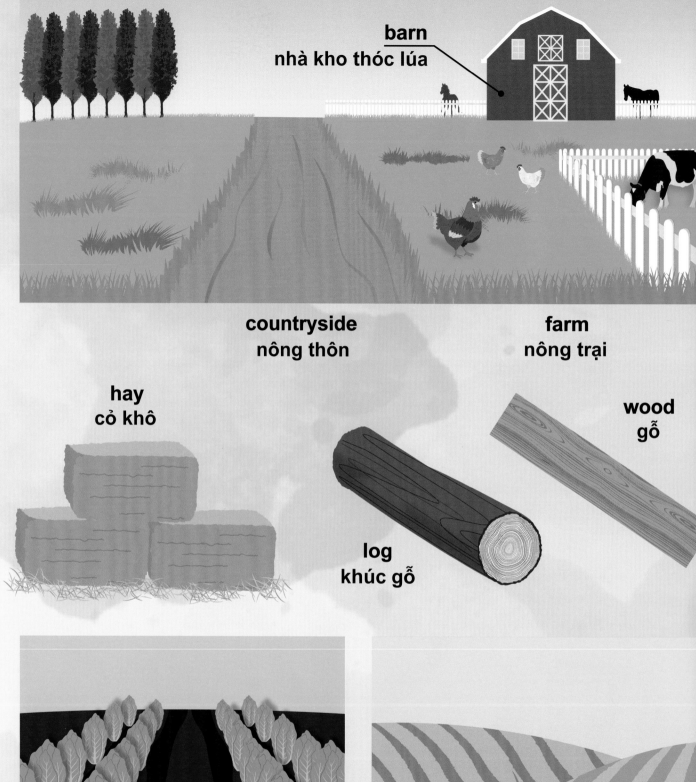

barn
nhà kho thóc lúa

countryside
nông thôn

farm
nông trại

hay
cỏ khô

wood
gỗ

log
khúc gỗ

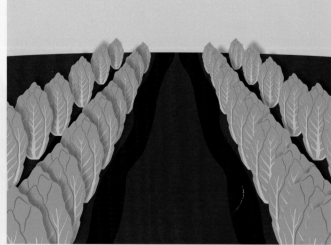

harvest
thu hoạch

field
đồng ruộng

island
hòn đảo

sand
cát

beach
bãi biển

lake
hồ

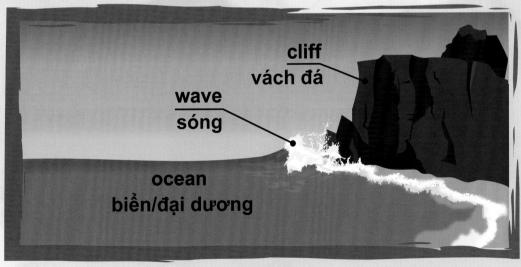

cliff
vách đá

wave
sóng

ocean
biển/đại dương

coast
bờ biển

wetland
đầm lầy

dam
đập nước

waterfall
thác nước

forest
khu rừng

path
con đường

desert
sa mạc

cave
hang động

jungle
rừng rậm

soil
đất

fossil
hóa thạch

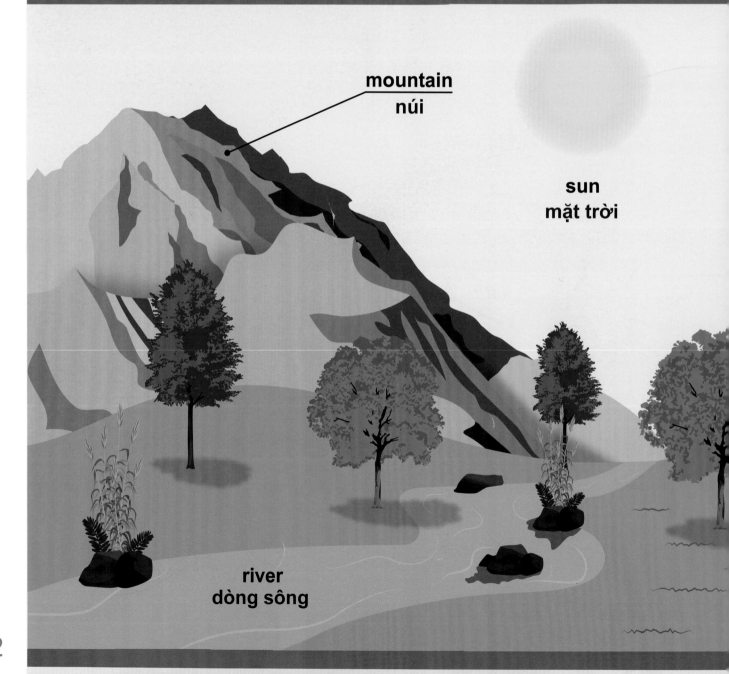

mountain
núi

sun
mặt trời

river
dòng sông

pebbles
đá cuội

stone
đá

rock
đá

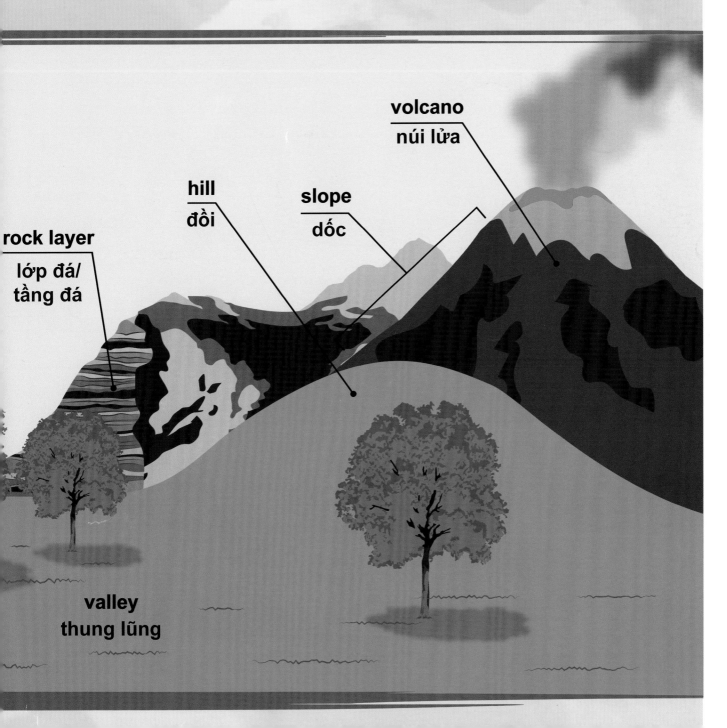

volcano
núi lửa

hill
đồi

slope
dốc

rock layer

lớp đá/
tầng đá

valley
thung lũng

disaster
thiên tai

hurricane
cơn bão

flood
lũ lụt

earthquake

động đất

tornado

cơn lốc xoáy

fire

cháy

flame

ngọn lửa

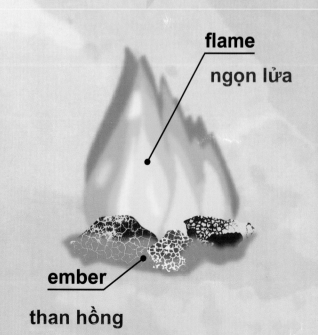

ember

than hồng

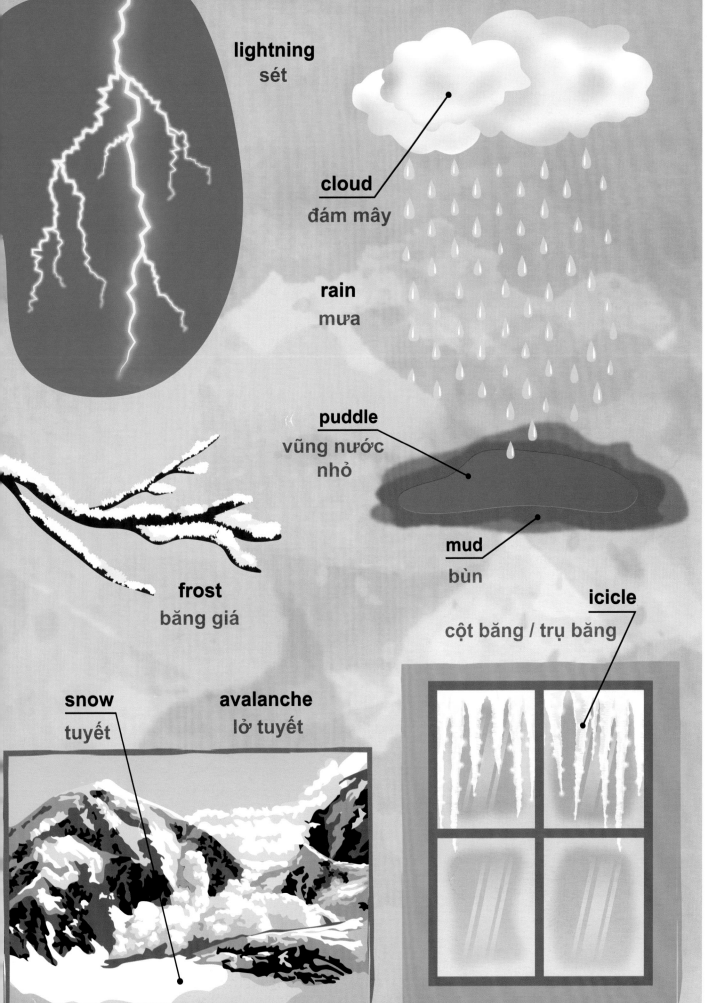

lightning
sét

cloud
đám mây

rain
mưa

puddle
vũng nước
nhỏ

mud
bùn

icicle

cột băng / trụ băng

frost
băng giá

snow
tuyết

avalanche
lở tuyết

continents
châu lục, lục địa

North America
Bắc Mỹ

Europe
Châu Âu

South America
Nam Mỹ

Antarctica
Châu Nam Cực

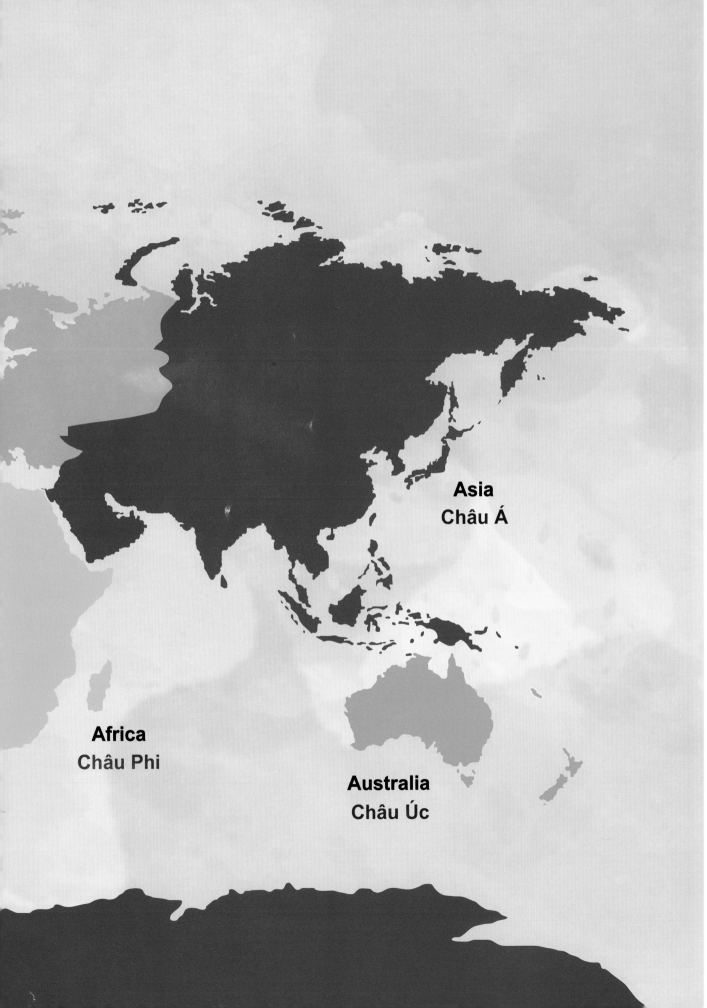

Asia
Châu Á

Africa
Châu Phi

Australia
Châu Úc

solar system
hệ mặt trời

Moon
Mặt trăng

Venus
Sao Kim

Mercury
Sao Thủy

Earth
Trái Đất

Neptune
Sao Hải
Vương

Sun
Mặt Trời

Mars
Sao Hỏa

Uranus
Sao Thiên
Vương

Saturn
Sao Thổ

Jupiter
Sao Mộc

galaxy
thiên hà

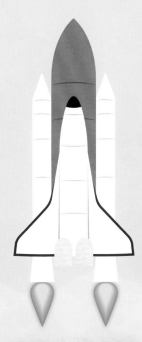

space shuttle
phi thuyền không gian

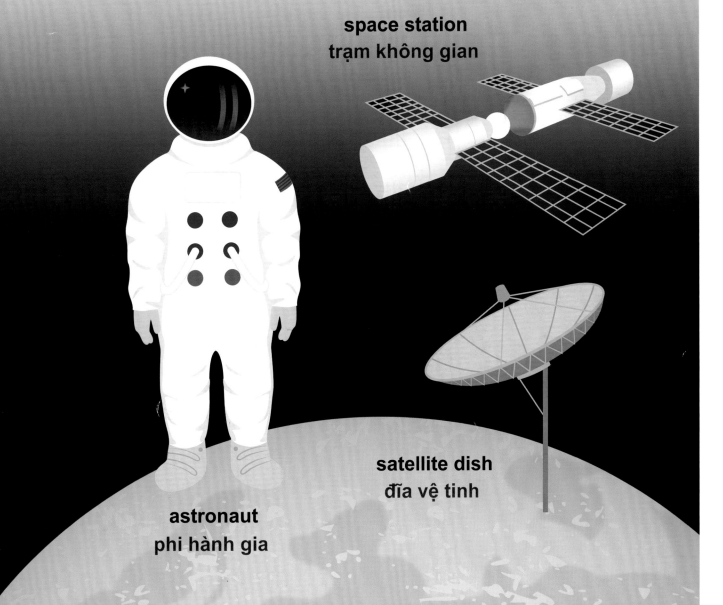

space station
trạm không gian

astronaut
phi hành gia

satellite dish
đĩa vệ tinh

American football
bóng bầu dục Mỹ

basketball
bóng rổ

weightlifting
cử tạ

archery
bắn cung

wrestling
đấu vật

judo
môn võ ju-đô

baseball
bóng chày

football / soccer
bóng đá

hang gliding
diều lượn

cycling
đua xe đạp

scuba diving
lặn

fencing
đấu kiếm

cricket
môn thể thao cri-kê

marathon
chạy ma-ra-tông

stadium
sân vận động

sprint
chạy nước rút

high jump
nhảy cao

javelin throw
môn thể thao
ném lao

hurdles
chạy đua vượt rào

waterpolo
môn bóng nước

swimming pool
bể bơi/hồ bơi

swimming
bơi

tennis
quần vợt/tennis

table tennis
bóng bàn

badminton
cầu lông

golf
môn đánh gôn

volleyball
bóng chuyền

mountain climbing
leo núi

snowboarding
trượt tuyết
bằng ván

ice hockey
môn khúc côn cầu

skiing
trượt tuyết

rowing
chèo thuyền

sailing
môn đua
thuyền buồm

rafting
môn chèo thuyền rafting

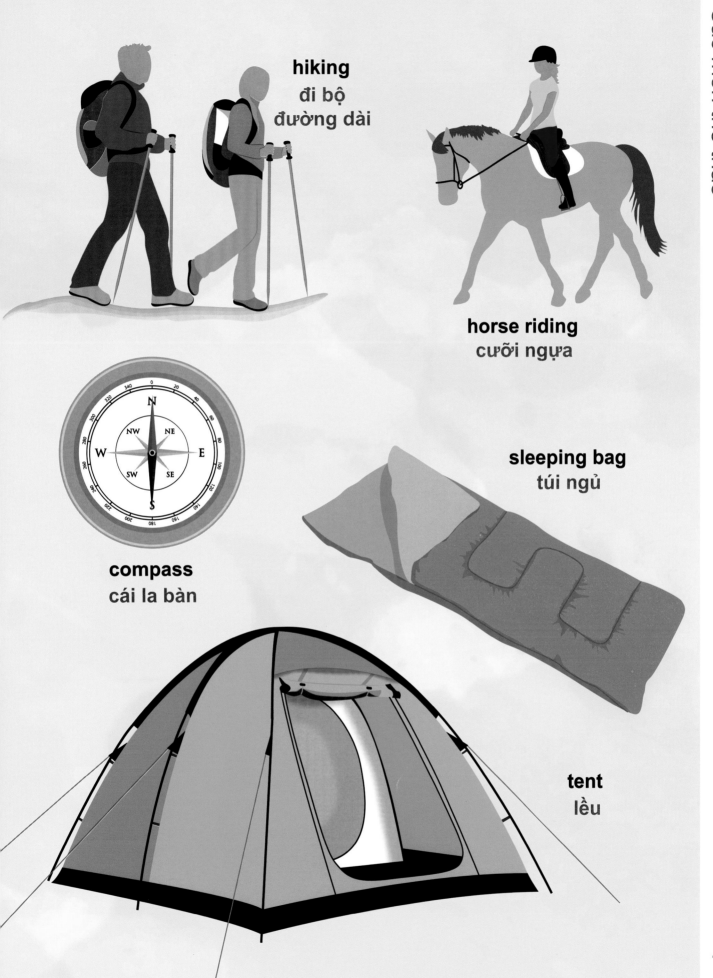

hiking
đi bộ đường dài

horse riding
cưỡi ngựa

compass
cái la bàn

sleeping bag
túi ngủ

tent
lều

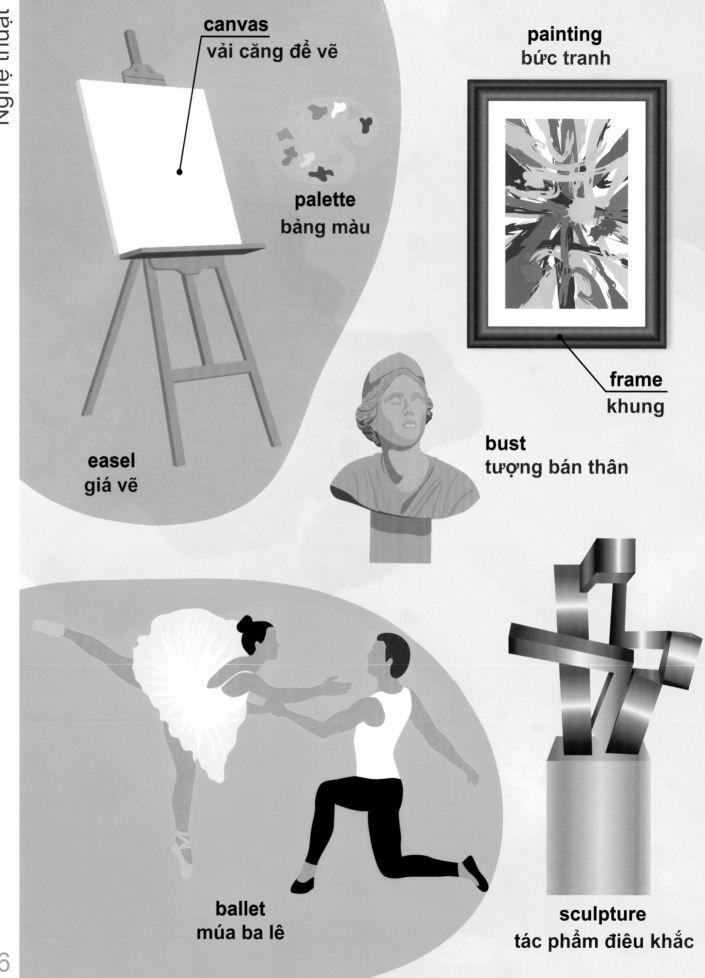

canvas
vải căng để vẽ

painting
bức tranh

palette
bảng màu

frame
khung

bust
tượng bán thân

easel
giá vẽ

ballet
múa ba lê

sculpture
tác phẩm điêu khắc

auditorium
khán phòng

orchestra
dàn nhạc

stage
sân khấu

concert
buổi hòa nhạc

audience
khán giả

cinema
rạp chiếu phim

museum
bảo tàng

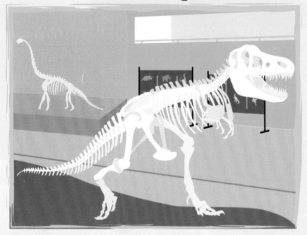

theater
nhà hát

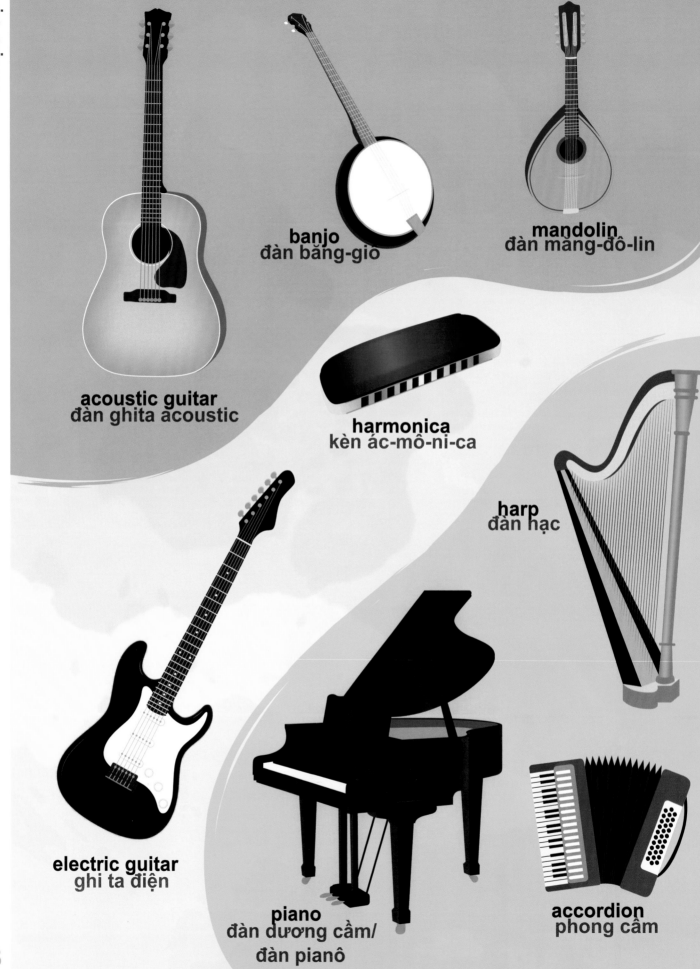

banjo
đàn băng-giô

mandolin
đàn măng-đô-lin

acoustic guitar
đàn ghita acoustic

harmonica
kèn ác-mô-ni-ca

harp
đàn hạc

electric guitar
ghi ta điện

piano
đàn dương cầm/
đàn pianô

accordion
phong cầm

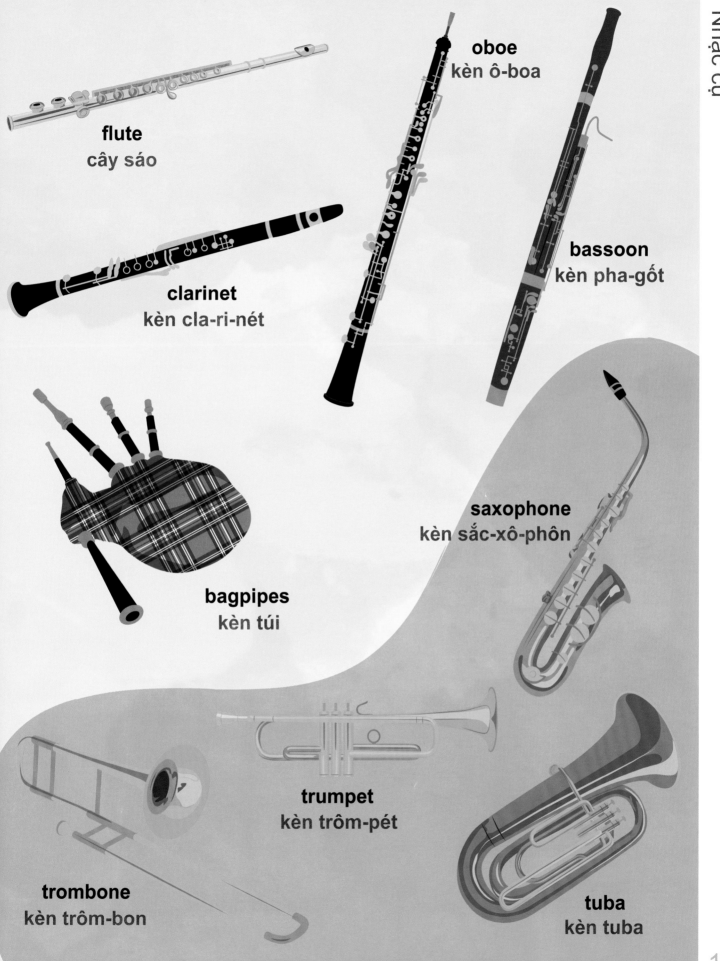

flute
cây sáo

oboe
kèn ô-boa

bassoon
kèn pha-gốt

clarinet
kèn cla-ri-nét

bagpipes
kèn túi

saxophone
kèn sắc-xô-phôn

trumpet
kèn trôm-pét

trombone
kèn trôm-bon

tuba
kèn tuba

drum kit
bộ trống

snare drum
trống có dây
mặt trống

cymbal
cái chũm
chọe

bass drum
trống bass

drumsticks
dùi trống

tambourine
trống lắc tay

bongo drums
trống bongo

music stand
để bản nhạc

metronome
máy đếm nhịp

tuning fork
âm thoa

double bass
công-trơ-bát

cello
đàn vi-ô-lông-xen

viola
đàn viola
(vĩ cầm trầm)

violin
đàn vĩ cầm
(đàn
vi-ô-lông)

one o'clock
một giờ đúng

one fifteen /
quarter past one
một giờ mười lăm

hour hand
kim chỉ giờ

minute hand
kim chỉ phút

second hand
kim chỉ giây

one thirty /
half past one
một rưỡi

one forty-five /
quarter to two
một giờ bốn lăm/hai giờ kém mười lăm

dawn
bình minh

sunrise
lúc mặt trời mọc

evening
buổi tối

dusk
hoàng hôn

night
đêm

midnight
nửa đêm

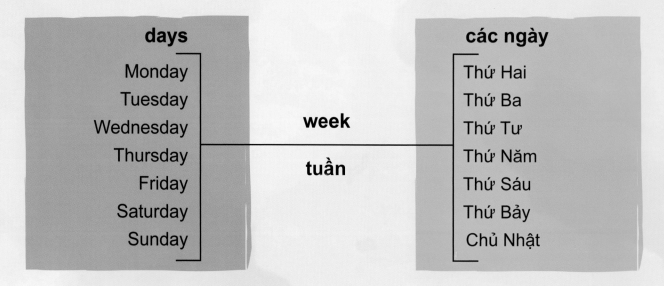

days		các ngày
Monday		Thứ Hai
Tuesday		Thứ Ba
Wednesday	**week**	Thứ Tư
Thursday		Thứ Năm
Friday	**tuần**	Thứ Sáu
Saturday		Thứ Bảy
Sunday		Chủ Nhật

months		các tháng
January		Tháng 1
February		Tháng 2
March		Tháng 3
April		Tháng 4
May	**year**	Tháng 5
June		Tháng 6
July	**năm**	Tháng 7
August		Tháng 8
September		Tháng 9
October		Tháng 10
November		Tháng 11
December		Tháng 12

2016 2026 — decade — thập kỷ/thập niên

2016 2116 — century — thế kỷ

2016 3016 — millennium — thiên niên kỷ

seasons
các mùa

spring
mùa xuân

summer
mùa hè

fall
mùa thu

winter
mùa đông

classroom
lớp học

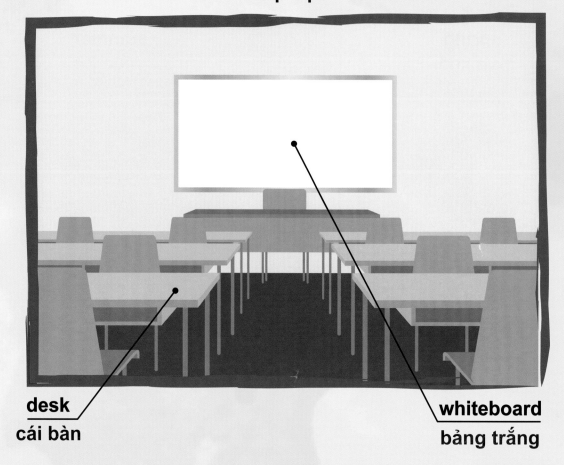

desk
cái bàn

whiteboard
bảng trắng

library
thư viện

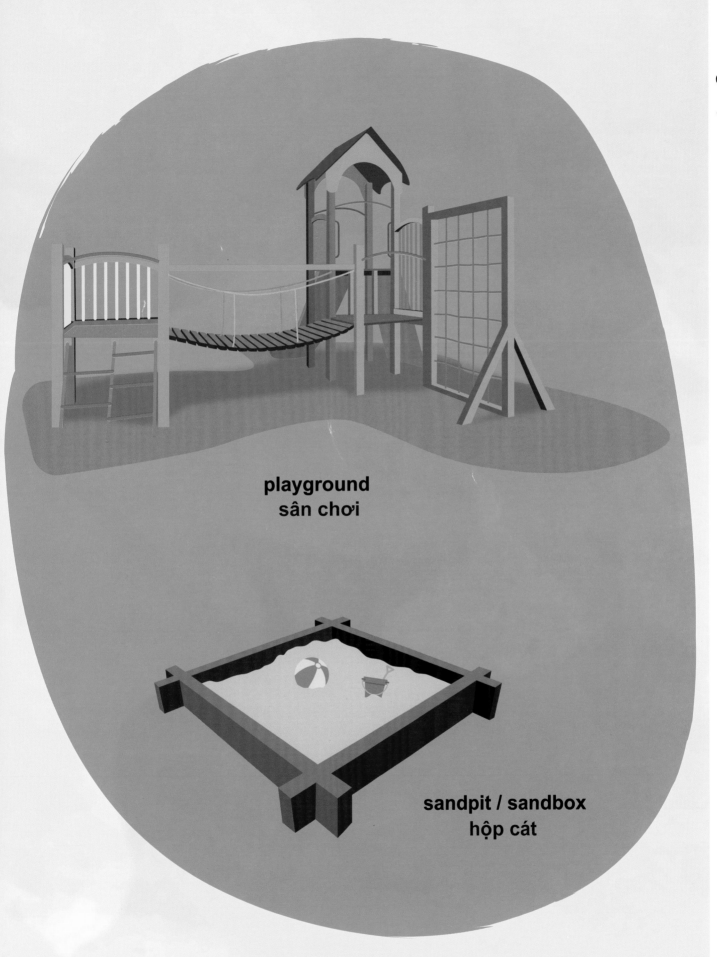

playground
sân chơi

sandpit / sandbox
hộp cát

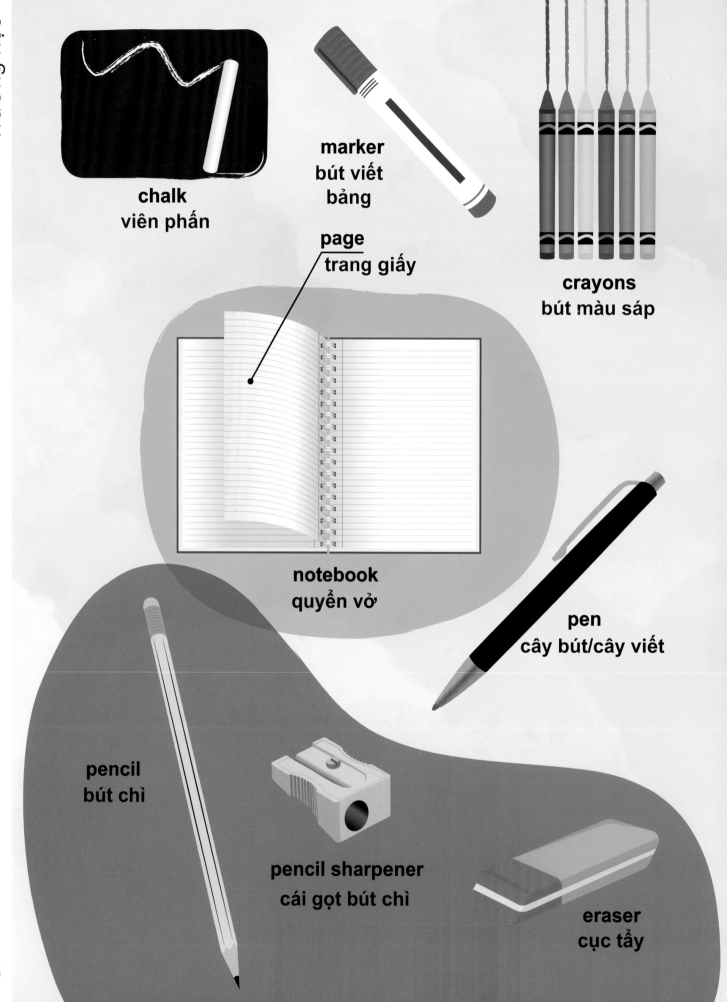

chalk
viên phấn

marker
bút viết
bảng

crayons
bút màu sáp

page
trang giấy

notebook
quyển vở

pen
cây bút/cây viết

pencil
bút chì

pencil sharpener
cái gọt bút chì

eraser
cục tẩy

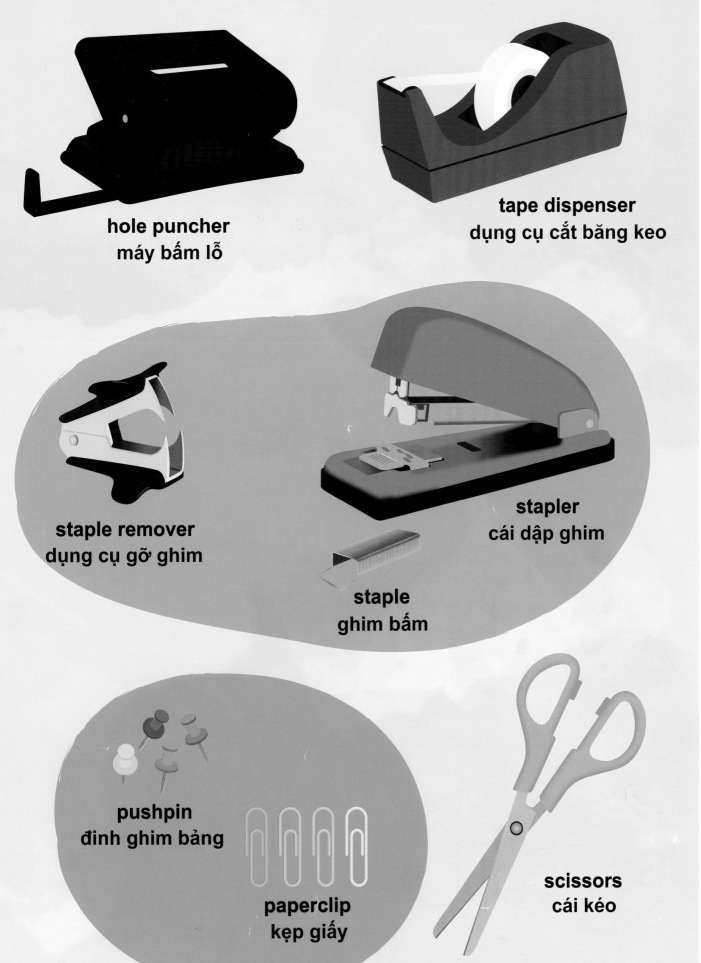

hole puncher
máy bấm lỗ

tape dispenser
dụng cụ cắt băng keo

staple remover
dụng cụ gỡ ghim

stapler
cái dập ghim

staple
ghim bấm

pushpin
đinh ghim bảng

paperclip
kẹp giấy

scissors
cái kéo

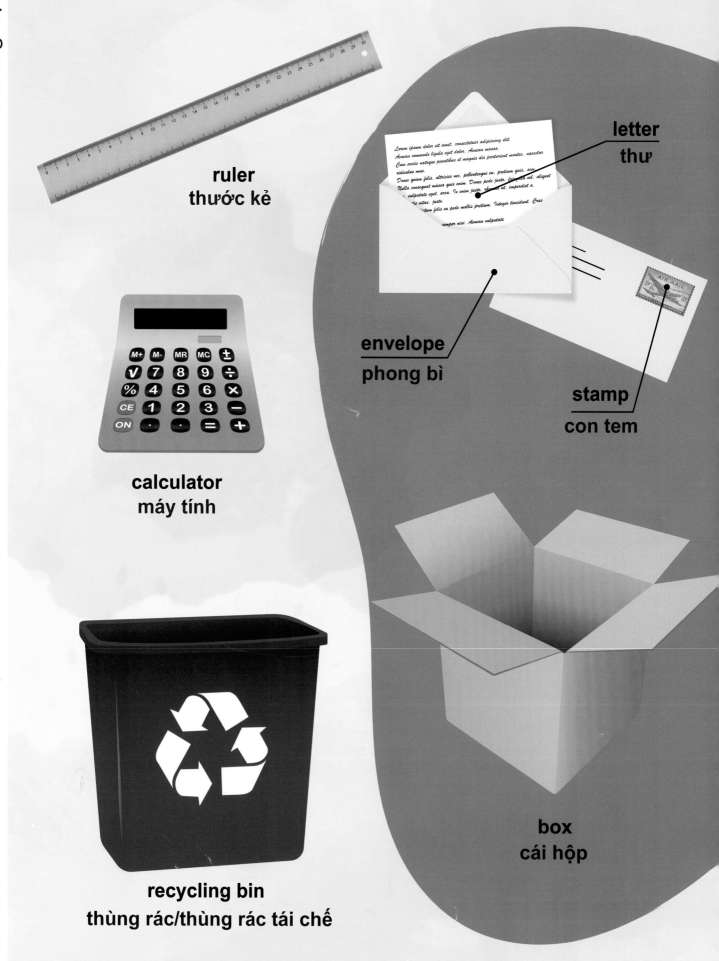

ruler
thước kẻ

letter
thư

envelope
phong bì

stamp
con tem

calculator
máy tính

box
cái hộp

recycling bin
thùng rác/thùng rác tái chế

globe
quả địa cầu

telescope
kính thiên văn

microscope
kính hiển vi

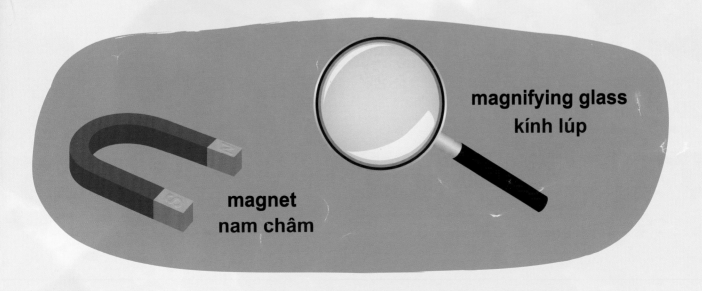

magnifying glass
kính lúp

magnet
nam châm

0
zero
số không

1st
1
first
thứ nhất
one
số một

2nd
2
second
thứ hai
two
số hai

3rd
3
third
thứ ba
three
số ba

4th
4
fourth
thứ tư
four
số bốn

5th
fifth
thứ năm

five
số năm

6th
sixth
thứ sáu

six
số sáu

7th
seventh
thứ bảy

seven
số bảy

8th
eighth
thứ tám

eight
số tám

9th
ninth
thứ chín

nine
số chín

10

10th

ten
số mười

tenth
thứ mười

11

11th

eleven
số mười một

eleventh
thứ mười một

12

12th

twelve
số mười hai

twelfth
thứ mười hai

13

13th

thirteen
số mười ba

thirteenth
thứ mười ba

14

14th

fourteen
số mười bốn

fourteenth
thứ mười bốn

octagon
hình bát giác

pentagon
hình ngũ giác

hexagon
hình lục giác

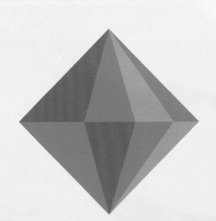

diamond
hình thoi

star
hình ngôi sao

kite
hình diều

triangle
hình tam giác

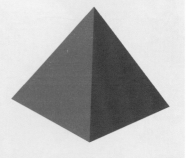

pyramid
hình chóp

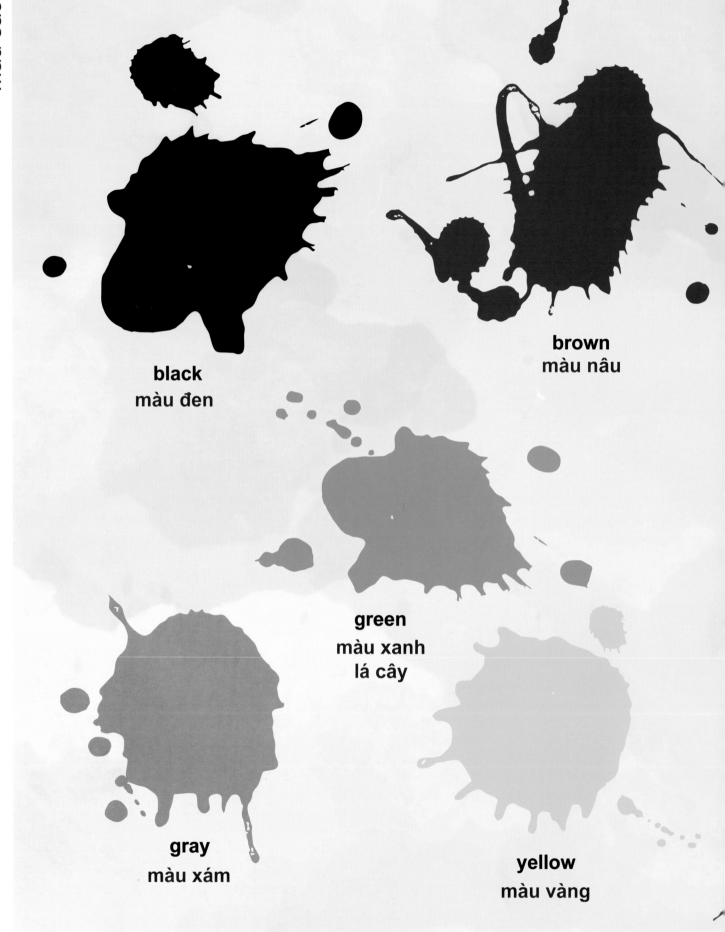

black
màu đen

brown
màu nâu

green
màu xanh
lá cây

gray
màu xám

yellow
màu vàng

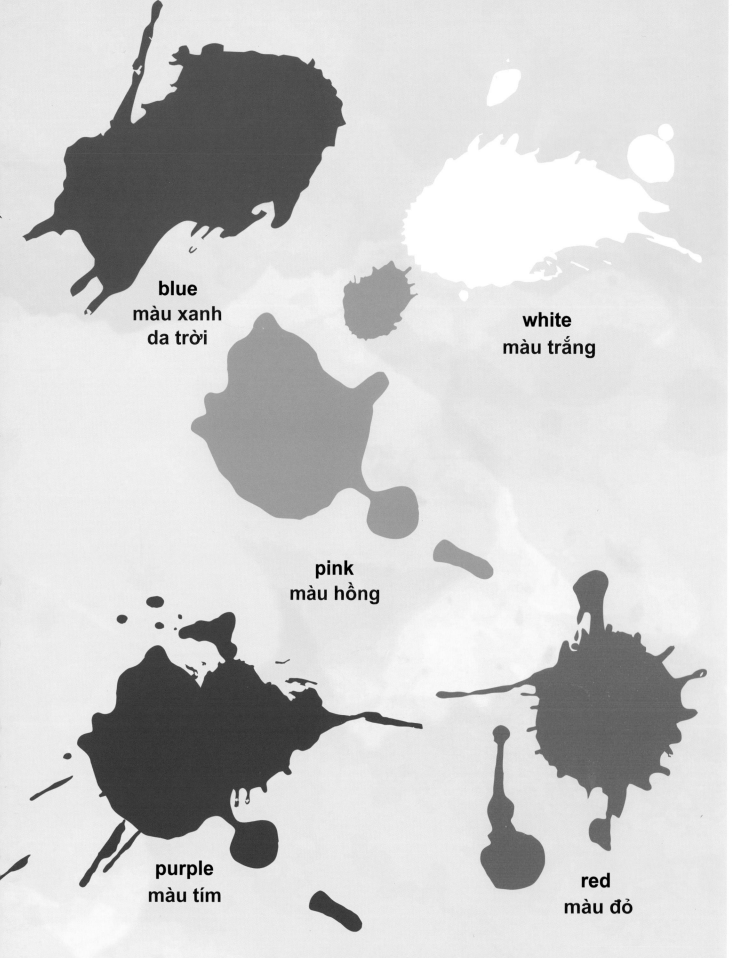

blue
màu xanh
da trời

white
màu trắng

pink
màu hồng

purple
màu tím

red
màu đỏ

It's
apostrophe
dấu nháy đơn

Yes,
comma
dấu phẩy

like:
colon
dấu hai chấm

self-confidence
hyphen
dấu gạch ngang

after...
ellipsis
dấu chấm lửng

won!
exclamation point
dấu chấm cảm

When?
question mark
dấu chấm hỏi

end.
period
dấu chấm

"One day,"
quotation marks
dấu ngoặc kép

'good'
single quotation marks
dấu ngoặc kép đơn

(almost)
parentheses
dấu ngoặc đơn

open;
semicolon
dấu chấm phẩy

$3+1$

plus sign
dấu cộng

$7-3$

minus sign
dấu trừ

$8÷2$

division sign
dấu chia

$2×2$

multiplication sign
dấu nhân

$\sqrt{16}$

square root sign
dấu căn bậc hai

$=4$

equal sign
dấu bằng

25%

percent sign
dấu phần trăm

earth & space

ampersand
ký hiệu "và"

he/she/they

forward slash
dấu gạch chéo

html\n

backslash
dấu gạch chéo ngược

info@milet.com

at sign
dấu a vòng @